NUÔI DƯỠNG NHÂN CÁCH

GOOD WORDS NURTURE A GOOD MANNER

(Song ngữ Việt - Anh)

Thích Nữ Giới Hương sưu tầm

Nhà Xuất Bản Hồng Đức

Liên lạc:

HUONG SEN BUDDHIST TEMPLE

19865 Seaton Avenue, Perris, CA 92570, USA

Tel: 951-657-7272 Cell: 951-616-8620

Email: huongsentemple@gmail.com

Fanpage: Huong Sen

(https://www.facebook.com/Huong.Sen.Riverside)

Web: www.huongsentemple.com

MỤC LỤC

LỜI GIỚI THIỆU

Bắt đầu năm 1989, theo học lớp Cử nhân Văn Khoa của Trường Đại Học Tổng Hợp *(nay là trường Đại Học Khoa Học Xã Hội & Nhân Văn tại đường Đinh Tiên Hoàng, quận 1, TP.HCM, Việt Nam)*, tôi thích trầm tư đắm mình trong những giây phút tuyệt vời ở góc chùa hoặc thư viện của trường để mặc cho chữ nghĩa danh ngôn bất hủ dẫn dắt mình trong vẻ đẹp của nhân cách hướng thượng.

Có những câu viết mộc mạc đơn giản nhưng rất thâm thúy, có giá trị biểu cảm, tượng hình, tượng thanh, toát lên ý nghĩa siêu tuyệt của cuộc đời mà tác giả muốn chia sẻ. Chúng giống như khuôn vàng thước ngọc đúc ra những nhân cách Thánh hiền, hay ít nhất cũng là tạo được khuôn mẫu nhân bản, đạo đức làm người, cho những ai cảm nhận, chiêm nghiệm và uốn nắn sống theo, như L.Paxto đã nói: ''Sự nghiệp của con người to lớn hay nhỏ là do có chí khí cao hay thấp. Hạnh phúc thay! Những ai có mang trong lòng một lý tưởng tuyệt mỹ mà người đó hết lòng phụng sự''.

Vào những thập niên 1990s, khi chưa có công nghệ satellite hiện tại của Google, Wiki, Youtube, điện thoại di động (cell phone), máy vi tính (computer), email, ebook, Facebook, Twitter, v.v..., tôi thường có thói quen chép tay vào tập vở những câu danh ngôn, lời hay ý đẹp do tôi sưu tầm. Mỗi lần đọc sách ở thư viện, bài giảng trong lớp, ở tờ bướm rơi, tờ báo cũ dùng để gói xôi đậu, bánh tiêu dính đầy dầu chiên... Tôi lượm lặt, sưu tầm, góp nhặt và nâng niu cất chúng trong túi như người sưu tầm đồ cổ quý, như em bé để dành từng đồng tiền xu (cent) của bố mẹ cho như Duxuya Men đã từng khẳng định: ''Bạn dùng ví để cất tiền bạc, cũng nên có một vài mảnh giấy để ghi tư tưởng của mình và của người khác. Đó là phương tiện nho nhỏ có thể giúp bạn và người khác đạt được việc lớn" hay như Hải Thượng Lãn Ông đã đồng ý: ''Núi cao chót vót cũng bắt đầu từ hạt cát''.

Tập sưu tầm này có tên **''Danh Ngôn Nuôi Dưỡng Nhân Cách'' (Good Words Nurture a Good Manner)** bởi lẽ mục lục có 194 tiêu đề, trong đó có hàng trăm, hàng ngàn khuôn vàng để trưởng dưỡng nhân cách không ngừng, như được minh họa qua các danh ngôn như: ''Đường đời là chiếc thang không hết nấc, việc học là quyển sách không có trang cuối cùng'' (Kalamin), ''Ngọc chỉ là ngọc khi đổ công mài dũa. Nếu không là ngọc thì chỉ là đá mà thôi'' (Cổ nhân), ''Hoàng kim có cái giá của nó, kiến thức thì vô giá. Trí thức uyên bác là viên kim cương mà ánh sánh của nó tỏa ra là văn hóa'' (Khuyết danh), vv... Tuyển tập với 194 câu chân ngôn như thế sẽ giúp bạn đọc thay đổi ít nhiều về nhân sinh quan, về cách sống, biết cách xử thế khôn ngoan, khéo léo, hướng thiện và cuối cùng là để nuôi dưỡng và hình thành nhân cách thánh hiền.

Tập sách như món quà tinh thần mà người sưu tầm đã góp nhặt, viết tay (9 cuốn x 100 trang = 900 trang) và ghi lại suốt chiều dài thời gian hơn 30 năm. Hôm nay được đánh máy và đóng thành tuyển tập và dịch ra tiếng Anh, để nhiệt tình truyền cảm hứng đến bạn đọc đồng lý tưởng và sở thích. Xin chân thành cảm ơn các tác giả hữu danh hay khuyết danh của các danh ngôn trí tuệ này, để cho tập sách được hình thành và hiện diện cho lợi ích số đông. Sẽ có nhiều sai sót khi góp nhặt, đã có rất nhiều câu khuyết danh, xin ''Lấy ý quên lời''. Nhiều danh ngôn của các tác giả nước ngoài, nhưng khi sưu tầm bằng tiếng Việt (không có bản gốc tiếng Anh), nên bây giờ phải chuyển ngữ tiếng Anh (sẽ khác văn phong với bản gốc của tác giả) và rất mong đón nhận sự góp ý của các thiện trí thức gần xa để lần tái bản sau được hoàn thiện hơn.

Nhân dịp này cũng thành thật cảm ơn Ban Chuyển ngữ tiếng Anh *(Ni sư Giới Hương và Pamela Kirby)*, ban đánh máy bản thảo *(Sư cô Viên Tiến)*, bạn sửa chính tả tiếng Việt *(Phật tử Thanh Phi)* và ban thiết kế, xuất bản và phát hành sách *(Sư cô Viên An)* và nhiều ban nữa.

Ipxen đã nói: ''Bất kỳ một người nào, một người vĩ đại hay một người bình thường sẽ trở thành nhà thơ, nếu nhìn thấy đằng sau những cử chỉ của mình một lý tưởng''. Chúc các bạn đọc đều là những nhà thơ thành công trong lý tưởng của mình.

Thư phòng Chùa Hương Sen,
Mùa dịch Covid toàn cầu tháng 8, 2020
Thích Nữ Giới Hương
huongsentemple@gmail.com

DANH NGÔN
NUÔI DƯỠNG NHÂN CÁCH

(Thích Nữ Giới Hương sưu tầm)

1. BẠN BÈ

- Nghịch cảnh không chỉ kéo con người lại gần nhau mà còn làm nảy sinh thứ tình bạn nội tâm đẹp đẽ. *(Soren Kierkegaard)*

- Chơi với bạn tốt như đi vào hàng hoa.

Khi đi ra hương còn vương.

Chơi với bạn xấu như vào hàng cá.

Quen tanh rồi, chẳng biết mình tanh.

(Khuyết danh)

- Vận may tạo nên cha mẹ chúng ta, nhưng sự lựa chọn tạo nên bạn bè ta.

- Hãy chậm rãi trong việc chọn bạn và càng chậm rãi hơn trong việc thay bạn.

- Thế gian rất nhiều người, nhưng khó tìm được một tri kỷ.

2. BẠN - THÙ

- Thêm một người bạn là bớt một kẻ thù,

Có một ngàn người bạn vẫn thiếu, thêm một kẻ thù vẫn là dư.

(Nhứt nhật hành thiện, thiện do giai bất túc,

Nhứt nhật hành ác, ác tự hữu dư).

- Đừng sợ những kẻ thù tấn công bạn. Hãy sợ những người bạn tâng bốc bạn. *(Dale Carnegie)*

- Yêu thương là sức mạnh duy nhất có thể biến kẻ thù thành bạn bè. *(Martin Luther King)*

- Thành thật có thể không đem lại cho bạn nhiều bạn bè, nhưng nó luôn đem tới đúng người đáng kết bạn. *(John Lenon)*

3. BẤT CẨN

- Anh hùng chết không vì gươm giáo mà chết vì lỗ chân trâu.

- Hãy cẩn thận với những chi phí nhỏ. Một lỗ rò bé có thể làm đắm cả con tàu. *(Benjamin Franklin)*

4. BẤT HẠNH

- Người bất hạnh là người không biết cách chịu đựng những nỗi bất hạnh.

- Người hạnh phúc là người lắng nghe; kẻ bất hạnh là kẻ thổ lộ. *(Ralph Waldo Emerson)*

5. BIA MIỆNG

- Trăm năm bia đá thì mòn

Ngàn năm bia miệng vẫn còn trơ trơ.

- Miệng của người ta còn tai của mình. Đừng bao giờ để tâm đến miệng lưỡi thiên hạ làm ảnh hưởng đến suy nghĩ của mình.

6. BIẾN HÓA

- Con rắn đổi chất sữa thành chất độc

- Thay đổi lớn nhất trong bản tính của phụ nữ đến từ tình yêu; và trong bản tính của đàn ông đến từ tham vọng. *(Rabindranath Tagore)*

7. BÌNH ĐẲNG

- Mặt trời soi cho ngọn cỏ cũng như soi cho cây đại thụ. *(Ngạn ngữ Ba Tư)*

- Một người là một người dù nhỏ bé thế nào đi nữa. *(Dr Seuss)*

- Con người chúng ta đều bình đẳng trước cái chết. *(Publilius Syrus)*

8. BỐ THÍ

- Nếu anh tiếp tục cho thì anh tiếp tục có. Mình ăn thì hết, người ăn thì còn.

- Người bố thí đỏ mặt một lần, kẻ từ chối không bố thí đỏ mặt đến hai lần. *(Ngạn ngữ Thổ Nhĩ Kỳ)*

- Từ trong tâm khảm tôi tự biết rằng nếu không có tổ chức từ thiện thì những gì có thể được thực hiện như bịnh viện, lớp học... sẽ rất hạn chế.

- Phép nhiệm màu ấy sẽ hiển hiện trong cuộc sống mỗi ngày nếu chúng ta trước tiên nỗ lực hết mình để tạo ra nó.

9. BỚI MÓC LỖI

- Không nên bới lông tìm vết. *(Hàn Phi tử)*

- Trách người đến nỗi người ta ngậm miệng, nín tiếng, đỏ mặt toát mồ hôi, mình tuy hả lòng, song thế thật là con người nông nổi khe khắt quá. *(Lã Khôn)*

- Những người thích vạch lá tìm sâu, thì chỉ luôn thấy biết những điều xấu.

- Kẻ ném đá mãn tính, thậm chí ngay cả người chỉ trích ác liệt nhất, cũng thường dịu đi và kiềm nén trước người lắng nghe kiên nhẫn và dễ chịu. Một người lắng nghe sẽ im lặng, trong khi kẻ bới móc lỗi giận dữ bung ra như con rắn hổ mang phun độc. *(Dale Carnegie)*

10. BÓNG DÁNG

- Nghe danh mà vẫn chưa được diện kiến.

(Văn kỳ thanh bất kiến kỳ hình).

- Phụ nữ, không cần phải nghiêng nước nghiêng thành, chỉ cần một người đàn ông nghiêng về cô ấy cả một đời!

11. BUỒN

- Ngàn năm giọt nước có buồn không?

Sao vẫn lung linh dưới nắng hồng.

- Để những cảm xúc đau buồn ''lưu trữ'' quá lâu,việc mang vác chúng sẽ khiến bạn rất mệt mỏi, tổn sức và chẳng bao giờ có thể cất bước đi thật xa được.

12. BUÔNG XẢ

- Buông xả các duyên là thù thắng nhất

(Phóng hạ vạn duyên vi thù thắng).

- Nếu bạn không thể làm gì để thay đổi hiện thực, hãy buông tay. Đừng để trở thành tù nhân cho những gì mình không thể thay đổi. *(Tony Gaskins)*

13. LÀM SAO ĐỂ BIẾT GIÀU HAY NGHÈO?

- Trong bất cứ xã hội nào, người nghèo và kẻ giàu đều có mặt. Trừ những người quá nghèo hay quá giàu rất dễ nhận ra, ví dụ như các đại gia tỷ phú có tên niêm yết hằng năm trên báo Fortune 500, hay mấy bà hay cô ''nhà nghèo'' thì quý ông, quý cụ dù có bị cận thị nặng cách mấy cũng có thể nhận ra liền!

Ngoài ra, còn có hạng nghèo giàu khác rất khó mà phân biệt nếu chưa có cơ hội kiểm kê tài sản. Nơi đây có vài so sánh để có thể tiếp cận và hiểu về tánh cách chung chung của họ:

1. Đàn ông giàu hay nói tới vui chơi. Đàn ông nghèo hay nói

tới công việc.

2. Đàn ông giàu ăn mặc theo sở thích của mình. Đàn ông nghèo ăn mặc theo sở thích của người xung quanh hoặc theo quy định.

3. Khi bị mất cắp, đàn ông nghèo nói: ''Của đi thay người''. Còn đàn ông giàu nói: ''Thôi cho chúng nó''.

4. Gặp bọn cướp, đàn ông giàu đưa tiền. Đàn ông nghèo chiến đấu dũng cảm.

5. Đàn ông nghèo giáo dục con cái quan tâm tới học hành. Đàn ông giàu giáo dục con cái quan tâm tới giao tiếp.

6. Đàn ông nghèo mua tặng bố mẹ vợ thuốc bổ. Đàn ông giàu mua tặng vé đi du lịch.

7. Đàn ông nghèo đọc xem báo chí viết gì. Đàn ông giàu đọc xem báo chí không viết gì.

14. CẢM XÚC

- Mơ Mộng là ngày chủ nhật của tư tưởng.

- Tất cả những cảm xúc thân thiện hướng tới người khác, đều đến từ những cảm xúc thân thiện tự hướng tới bản thân mình. *(Aristotle)*

- Hãy hiểu và quan sát tâm mình. Cái tâm trong trắng nhưng cảm xúc đến tô màu cho nó. Vậy nên hãy khiến tâm trí bạn trở thành cái mắc khít để bắt lấy cảm xúc và tình cảm nảy sinh, và tìm hiểu chúng trước khi phản ứng. *(Ajahn Chah)*

15. CẦN KIỆM

- Ngày mai có được một con gà mái tốt hơn hôm nay có được một quả trứng.

- Người nào không muốn cúi xuống vì một xu lẻ thì không đáng có một đồng.

- Tiết kiệm là tập quán phải bắt đầu ngay khi còn nhỏ.

- Lúc có tiền nên nghĩ đến ngày không có tiền; chớ để đến ngày không có tiền, mới nhớ lại lúc có tiền.

16. CẨN THẬN LỜI NÓI

- Không nên nói tất cả những gì mà bạn biết, nhưng bao giờ cũng phải biết những gì bạn nói. Chớ coi thường lời khuyên của bất cứ ai, mà trước hết phải chú tâm xem xét đã.

- Ba thứ không bao giờ trở lại là tên đã bay, lời đã nói và ngày đã qua.

- Lời nói nào bạn kiềm chế được là nô lệ của bạn.

- Lời nói nào buộc miệng thốt ra là kẻ sai khiến bạn.

- Lời đã thốt ra không bao giờ quay lại.

- Chúng ta ít khi hối hận vì chúng ta đã nói ít, mà thường hối hận vì chúng ta đã nói quá nhiều. Đây là một chân lý quen thuộc, tầm thường mà ai cũng biết, nhưng ít ai áp dụng trong thực tế.

- Kẻ không biết giữ cái nhỏ thì sẽ mất cái lớn.

- Lịch sử chẳng tốn kém gì nhưng nó cho ta nhiều cái lợi.

- Nếu ta suy nghĩ hai lần trước khi nói một lần thì ta sẽ nói hay gấp đôi.

- Dù hai tiếng ''có'' ''không'' có ngắn ngủi đến đâu đi nữa, chúng ta vẫn đòi hỏi phải suy nghĩ hết sức nghiêm túc.

17. CẨN THẬN

- Thận trọng là đứa con trưởng của sự khôn ngoan. *(Victor Hugo)*

- Khi nhàn cư phải khiêm cung, khi làm việc phải nghiêm trang thận trọng, giao thiệp với người phải trung thực. (Khổng Tử)

- Quạ thường có lông đen nhưng không phải tất cả những

giống chim có lông đen gọi đều gọi là quạ. *(Letxing)*

- Cửa mở thì gió lọt vào.

- Đừng khinh việc nhỏ, cái sẩy làm nảy cái ung.

- Khi cửa chính nhà bạn rộng, hãy để ý xem chừng đừng để cửa hậu hẹp quá.

- ''Có ba thứ không thể lấy lại được trong cuộc sống: Những lời đã nói ra, khoảng khắc bỏ lỡ và thời gian trôi qua. Hãy cẩn thận!'' *(Khuyết danh)*

18. CAO KIẾN ĐỘC NHÂN

- Ngu kiến tập thể còn ông là cao kiến độc nhân sao?

19. CAO QUÝ

- Người nào có tấm lòng vàng thì dù mặc quần áo nghèo khổ cũng vẫn cao quý.

- Sự trả thù cao quý nhất chính là tha thứ. *(Thomas Fuller)*

- Đối diện với sinh- lão- bệnh- tử trong đời người, thì giàu hay nghèo của con người thế gian dường như vô lực. Tâm hồn cao thượng và đạo đức cao quý mới là tài sản quý giá nhất của sinh mệnh.

20. CAO THƯỢNG

- Người cao thượng là người không bao giờ làm điều gì để hạ thấp người khác. *(A.N. Cason)*

- Những người có tấm lòng cao thượng không bao giờ bị cô đơn.

- Một niềm vui, tất cả lỗi khổ đều xả.

Một nụ cười, mọi thứ hiềm khích tự tiêu tan.

Một niềm thương, bao tị hiềm chợt tắt.

Một phút tình, những hận ghét tan hoang.

21. CẬY QUYỀN Ỷ THẾ

- Đầy tớ của những người vĩ đại cũng nghĩ mình vĩ đại.

22. CHA MẸ

- Ngôn ngữ trần gian như túi rách

Đựng sao đầy hai chữ Mẹ Cha.

- Chỉ có Cha Mẹ mới yêu con vô điều kiện, cả thế giới này phải có điều kiện mới yêu con.

- Nếu gia đình hòa thuận, mọi việc sẽ phát đạt.

- Đức Phật dạy: Thờ cha mẹ là việc lớn, phụng thờ cha mẹ là đệ nhất hiếu thảo.

- Đừng cầu xin vàng ngọc và đồ quý giá mà nên cầu xin cho con cháu có thể được tốt lành cả.

- Hoa Kỳ có khoảng 350 triệu dân[1] nhưng mỗi chúng ta duy nhất chỉ có một người Mẹ. Nhân loại có hơn 7 tỉ người[2] nhưng mỗi người duy nhất cũng chỉ có một và chỉ một Mẹ mà thôi. Thế giới có 7 kỳ quan tuyệt diệu, nhưng không có kỳ quan nào tuyệt diệu bằng tấm lòng bao la của người Mẹ.

- Ngạn ngữ Pháp cũng có câu: 'Con người mà thiếu tình Mẹ như cây thiếu nhựa sống'.

- Mùa Vu Lan lại về trong không khí nắng ấm tình người, chan hòa tình Mẹ cao cả thiêng liêng, cũng trong ý nghĩa đó chúng ta hôm nay dù còn Mẹ để được cài hoa hồng đỏ hay trong chúng ta có những người đã mất mẹ với cành hoa hồng trắng trên áo, chúng ta cũng thành tâm lắng lòng cầu nguyện cho Cha

---

1　Theo Bộ Thống Kê Hoa Kỳ, Hoa Kỳ có khoảng 328.2 triệu người vào năm 2019 (United States Census Bureau, Eurostat: 328.2 million (2019)

2　Nhân loại đứng trước cơ hội lẫn thách thức với 7 tỉ người https://thanhnien. vn/the- gioi/the- gioi-7-ti-nguoi

Mẹ hiện tiền được nhiều sức khỏe, an lạc cũng như cầu cho Cha Mẹ nhiều đời đã quá vãng được siêu sanh nơi cõi Tịnh Độ; có thể chúng ta mới nói lên trọn vẹn sự Biết Ơn và Báo Ơn của những người con đối với Cha Mẹ.

- Ngày của Mẹ: trái tim của mẹ vĩ đại và thiêng liêng nhất. Chúc các bà mẹ hôm nay luôn vui, trẻ, khỏe, đẹp và đức tánh dịu hiền, mềm mỏng, bao dung, thương yêu, che chở như tấm lòng vốn có của mẹ sẽ luôn tỏa sáng khắp thế gian này.

23. CHĂM CHỈ

- Tri thức không vô tình mà đạt được. Chúng ta phải tìm kiếm nó với sự nhiệt tình và đạt được nó bằng sự chăm chỉ. (Learning is not attained by chance. It must be sought for with ardor and attended to with diligence - *Abigail Adam*).

- Thiên tài một phần trăm là cảm hứng và chín mươi chín phần trăm là mồ hôi. (Genius is one percent inspiration and ninety- nine percent perspiration - *Thomas Edison*)

- Những gì chúng ta muốn làm một cách thoải mái, chúng ta phải học làm một cách siêng năng trước. *(Samuel Johnson)*

- Tài năng rẻ hơn muối bột. Điều làm nên sự khác biệt giữa người tài và người thành công là sự vất vả chăm chỉ. *(Stephen King)*

- Mong muốn có thành công mà không làm việc chăm chỉ cũng giống như cố gắng thu hoạch khi chưa hề gieo trồng. *(David Bly)*

- Chăm chỉ là mẹ của may mắn. *(Benjamin Franklin)*

- Con ong chăm chỉ không có thời gian để buồn.

- Ai làm việc thì luôn luôn tươi trẻ.

- Biết phải làm gì chưa đủ, còn phải có dũng cảm thực hiện điều đó.

24. CHÂN LÝ

- Đức hạnh là nền tảng của mọi thứ và chân lý là bản chất của mọi đức hạnh *(Mahatma Gandhi)*

- Hãy đọc bản thân thay vì đọc sách. Chân lý không nằm bên ngoài, đó chỉ là trí nhớ, không phải trí tuệ. Trí nhớ mà không có trí tuệ giống như cái phích nước rỗng, nếu bạn không đổ đầy nó, nó vô dụng. *(Ajahn Chah)*

- Chân lý là con đẻ của thời gian. *(Ghelo)*

- Lẽ phải bao gồm những sự thật cần nói ra và những sự thật cần im lặng.

- Chúng ta không thể tự hào đã thấu triệt một chân lý khi chúng ta chưa biết phù hợp đời sống của chúng ta với chân lý ấy.

- Tất cả đều trôi qua chỉ riêng chân lý ở lại. *(Khuyết danh)*

- Chân lý như mặt trời có thể bị mây che, nhưng chỉ là bị che phủ tạm thời. *(K.bo)*

- Không có cao cả khi ở đâu không có chân lý.

- Ý nghĩa thật sẽ mất giá trị, nếu được biểu thị một cách vụng về. *(Vonter)*

- Chân lý như ánh sáng làm chói mắt, còn sự giả trái là buổi hoàng hôn làm cho mọi vật đều nổi lên đẹp đẽ. *(Camuy)*

- Việc của tôi không phải là dễ dãi với người khác. Việc của tôi là phải làm cho họ hoàn thiện hơn. *(Steve Jobs)*

- Một nửa ổ bánh mì vẫn còn là bánh mì, nhưng một nửa sự thật thì không còn sự thật.

- Cuộc đời này vốn bất công, nên sợi lông nó không thẳng.

- Giàu thì nó ghét, đói rét nó khinh mà thông minh thì nó tiêu diệt.

- Đừng tưởng ao là tù và núi là cao.

25. CHÂN THÀNH

- Chân thành là nguồn sanh ra mọi thiện tài.

- Nếu không có lòng chân thành thì mọi thứ cũng bằng không. *(Khuyết danh)*

- Chỉ những người đã học được quyền năng của sự chân thành và cống hiến vị tha, mới trải nghiệm được niềm vui sâu sắc của cuộc đời: Sự viên mãn. *(Tony Robbins)*

- Cái đau lòng nhất không phải sống trong cuộc đời không có ai cần mình, không có ai hiểu mình mà là có sống hết cả đời vẫn không biết ai là người thật sự cần mình, ai thật sự hiểu mình. *(Lanvinla Tumblr)*

26. CHÊ BAI

- Khi đầy lòng ghen ty, người ta chê bai mọi thứ, dù tốt hay xấu. *(Tacitus)*

- Kẻ trước mặt người nịnh hót thì vắng mặt người hay chê bai. *(Trang Tử)*

- Nghe lời chê bai mà giận là làm ngòi cho người gièm pha; nghe câu khen mà mừng là làm mồi cho kẻ nịnh hót. *(Văn Trung Tử)*

27. CHÊ KHEN

- Người chê ta mà chê phải là thầy ta

Người khen ta mà khen phải là bạn ta.

Những kẻ vuốt ve nịnh bợ ta chính là kẻ thù ta vậy. *(Tuân Tử)*

- Nếu tôi sống thành tâm, thành ý và lương tâm tôi không bị cắn rứt thì ai muốn chê hay khen cũng mặc. (Khuyết danh)

28. CHẾT

- Sống qua ngày, chờ qua đời.

- Mọi thứ đều có thể làm từ đầu, ngoại trừ cái chết.

- Vòng bụng to mà vòng đời nhỏ thì sắp chết. Vòng bụng nhỏ mà vòng đời to thì sống lâu.

- Đố: Người chết nghĩ gì? Làm gì? Nghỉ thở và làm thinh.

- Cái chết là tai họa khủng khiếp nhất trong mọi tai họa, nhưng thật ra đối với mỗi chúng ta thì nó chẳng là gì hết. Bởi vì khi chúng ta đang sống thì cái chết không hề có, còn khi cái chết đã tới, thì ta không còn sống nữa.

Như vậy, cái chết không dụng chạm đến người sống mà cũng không dụng chạm đến người chết. Bởi vì đối với người sống thì nó chưa đến, còn người đã chết thì còn đâu nữa để mà khổ sở vì nó...Lo nghĩ đến cuộc sống đẹp đẽ, cũng là lo nghĩ đến một cái chết đẹp đẽ. *(Epiquya)*

- Cái chết có lẽ là ân huệ lớn nhất của loài người.

- Tôi cho rằng cái chết là phát minh tuyệt vời nhất của sự sống. Nó giúp loại bỏ những mô hình cũ đã bị lạc hậu, cô lập. *(Steve Jobs)*

- Việc bia mộ khắc tên tôi là người giàu nhất chẳng có ý nghĩa gì. Điều quan trọng là mỗi đêm đi ngủ, bạn có thể tự tin nói rằng ngày hôm đó mình đã làm được việc gì đó có ý nghĩa. *(Steve Jobs)*

- Người hiền không buồn vì mình chết, mà chỉ lo nước suy.

- Tuy núi kia có cây sống hằng trăm năm,

Nhưng đời mấy ai sống được trăm tuổi.

(Sơn trung tự hữu thiên niên thọ

Thế thượng nan lưu bá tuế nhơn).

- Luật lệ vĩ đại nhất của Tự nhiên là Tự nhiên tạo ra Sự sống từ Cái chết. *(Herman Melville)*

- Sợ chết là nỗi sợ hãi phi lý nhất, vì người đã chết chẳng có nguy cơ bị tai nạn. *(Albert Einstein)*

- Sự im nặng tột cùng dẫn tới nỗi buồn. Đây là hình ảnh của

cái chết. *(Jean Jacques Rousseau)*

- Chúng ta không có cơ hội làm quá nhiều điều, và mỗi thứ chúng ta làm đều phải thật sự tuyệt vời. Bởi vì, đây là cuộc đời của chúng ta. Cuộc đời ngắn ngủi lắm, và rồi bạn chết, bạn biết chứ? Và chúng ta đều được lựa chọn để làm điều này với cuộc đời mình. Vì vậy điều ta làm nên thật tốt. Nên đáng giá. *(Steve Jobs)*

- Chết chẳng là gì. Không sống mới đáng sợ. *(Victor Hugo)*

- Nhớ rằng tôi sẽ chết, đó là công cụ quan trọng nhất tôi từng có để giúp mình thực hiện những lựa chọn lớn trong cuộc đời. Bởi vì, hầu hết tất cả mọi thứ - tất cả những hy vọng phù phiếm, lòng kiêu hãnh, nỗi sợ mất mặt hay thất bại - tất cả những thứ này sẽ mờ nhạt đi khi ta đối diện với cái chết, chỉ để lại điều gì thật quan trọng. Nhớ rằng bạn sẽ chết, đó là cách tốt nhất tôi biết để tránh cái bẫy suy nghĩ rằng bạn vẫn còn thứ để mất. Bạn thực chất chẳng có gì.

- Nỗi sợ cái chết đến từ nỗi sợ cuộc sống. Người sống được hết mình luôn sẵn sàng chết bất cứ lúc nào. *(Mark Twain)*

- Không ai muốn chết. Thậm chí cả những người muốn tới thiên đường cũng không muốn phải chết để lên được đó. Và cái chết là điểm đến của tất cả chúng ta, không ai có thể trốn thoát. Và nên như vậy, bởi cái chết có lẽ là phát minh tốt nhất của sự sống. Nó là tác nhân thay đổi của cuộc sống. Nó xóa cái cũ để mở đường cho cái mới. Ngay bây giờ là bạn, nhưng một ngày không xa hôm nay, bạn dần dần sẽ trở nên già và bị xóa đi. Tôi xin lỗi nếu điều đó nghe có vẻ cường điệu, nhưng đó hoàn toàn là sự thật. *(Steve Jobs)*

- Cái chết thực sự là lời chúc phúc lớn lao dành cho nhân loại, không có nó không thể có sự tiến bộ. Những người bất tử sẽ không chỉ ngăn trở và làm thối chí người trẻ tuổi, họ còn thiếu đi sự kích thích cần thiết để sáng tạo. *(Alfred Adler)*

- Hầu hết mọi người chết trước khi sự thật được sinh thành. Sự sáng tạo có nghĩa là được sinh thành trước khi chết. *(Erich Fromm)*

- Kẻ hèn nhát chết nhiều lần trước cái chết; người gan dạ chỉ nếm trải cái chết một lần. *(William Shakespeare)*

- Ai cũng phải tự mình làm lấy hai điều: Niềm tin của chính mình và cái chết của chính mình. *(Martin Luther)*

- Tôi không sợ chết vì tôi không tin vào nó. Đó chính là ra khỏi xe này và vào xe khác. *(John Lenno)*

- Lòng can đảm mà chúng ta khao khát và tự hào không phải là lòng can đảm để chết tử tế, mà là để sống cho ra sống. *(Thomas Carlyle)*

- Cái chết đến với tất cả con người, nhưng những thành tựu vĩ đại sẽ dựng nên tượng đài mãi trường tồn cho tới khi mặt trời trở nên lạnh lẽo. *(Ralph Waldo Emerson)*

- Ý nghĩa tối thượng mà tất cả các câu chuyện gợi tới có hai mặt: Sự tiếp diễn của cuộc sống và sự không thể cưỡng lại của cái chết. *(Italo Calvino)*

- Chỉ những người không sợ chết là đáng sống. *(Douglas Macarthur)*

- Cái chết không bao giờ khiến người thông thái ngạc nhiên, anh ta luôn sẵn sàng lên đường. *(La Fontaine)*

- Quan trọng không phải anh chết như thế nào mà anh đã sống như thế nào. Việc chết đi không quan trọng bởi lẽ nó diễn ra nhanh lắm. *(Samuel Johuson)*

- Cái chết - giấc ngủ cuối cùng? Không, đó là sự thức tỉnh cuối cùng. *(Walter Scott)*

- Ai cũng yêu bạn khi bạn đã nằm sâu sáu thước dưới mặt đất. *(John Lennon)*

- Chúng ta sinh ra, chúng ta sống trong nháy mắt và chúng ta chết. Mọi việc đã diễn ra như vậy từ rất lâu rồi. Công nghệ không thay đổi điều đó nhiều - Nếu không phải là hoàn toàn không thay đổi. *(Steve Jobs)*

- Người chết để lưu danh muôn thuở sẽ sống mãi. *(Henry Drummond)*

- Con người không chết khi nên chết mà khi có thể chết. *(Gabriel Garcia Marquez)*

- Cái chết không phải là chấm hết, nếu chúng ta có thể sống tiếp trong con cái của chúng ta và những thế hệ sau. Bởi chúng cũng là chúng ta, thể xác của ta chỉ là những chiếc lá úa vàng trên tán cây đời. *(Albert Einstein)*

- Chỉ đức hạnh vẫn giữ vẻ uy nghi trong cái chết. *(Edward young)*

- Người sắp chết luôn nói thật. Bởi lẽ, họ không hão huyền như kẻ sống, luôn nghĩ rằng mình còn thời gian để ghen ghét, giả tạo, tức giận rồi lại yêu thương.

- Cái chết chỉ là một trạng thái tinh thần. Chỉ có điều nó không cho bạn nhiều thời gian để nghĩ về cái gì khác nữa.

- Cái chết hợp nhất cũng như là chia ly; nó khiến mọi cảm xúc nhỏ mọn đều phải lặng im. *(Balzac)*

- Chết là sự tan biến của thể xác. Nhưng sống không chỉ là sự tồn tại của thân xác. Nhiều người còn sống mà tưởng chừng như đã chết. Nhiều người chết mà vẫn còn sống trong trí nhớ mọi người. *(Trịnh Công Sơn)*

- Chết mà danh lưu truyền cho hậu thế thì ta nên chết. Sống mà chuốc lấy ô danh thì thà chết còn hơn. *(Nguyễn Thái Học)*

- Chúng ta lần đầu tiên hiểu cái chết khi nó chạm tay lên người chúng ta yêu thương. *(Madame de Stael)*

- Nơi tốt nhất mà một người có thể chết đi là nơi anh ta chết đi vì người khác. *(James M. Barrie)*

- Đôi khi chúng ta phải trở nên yếu ớt để nhận ra ta mạnh mẽ tới thế nào. Ta phải rơi lệ để biết quý trọng nụ cười. Trái tim ta phải biết muộn phiền để có thể quý trọng hạnh phúc. Nhưng ta không thể để phải trải qua cái chết mới biết quý trọng cuộc sống.

- Cái chết là thử thách. Nó nhắc chúng ta đừng lãng phí thời gian... Nó nhắc chúng ta hãy bày tỏ tình yêu thương với nhau ngay từ bây giờ. *(Leo Buscaglia)*

- Chẳng mấy người chưa từng bắt gặp cái chết lướt qua theo một cách nào đó. Một số người chưa bị nó chạm tới gần, hay chưa phải vì nó mà thao thức trong đêm, nhưng đâu có dọc theo đường đời, hầu hết chúng ta rồi sẽ bị nó cướp đi ai đó gần gũi và rất mực thân thương - và tất cả chúng ta rồi một ngày sẽ phải đối diện với nó. *(Richard L Evans)*

- Nếu bạn sợ bệnh, nếu bạn sợ chết thì hãy quán sát xem chúng từ đâu đến. Chúng từ sự sinh. Thế nên, đừng buồn khi có người chết. Cái khổ của họ trong đời này đã hết rồi. Chết là một chuyến đi tự nhiên thôi. Nếu bạn muốn buồn thì hãy buồn khi có người sinh ra đời: ''Tội nghiệp thay! Họ lại đến nữa rồi. Họ sắp đau khổ và chết nữa''. *(Ajahn Chah)*

- Bạn phải chết vài lần trước khi có thể thực sự sống. *(Charles Bukowski)*

- Không bất động sản nào vĩnh viễn đáng giá bằng nấm mộ. *(Mark Twain)*

- Một số người sợ chết đến nỗi họ chẳng bao giờ bắt đầu sống. *(Henry Van Dyke)*

- Trong cuộc sống không có người chiến thắng, bởi cái chết đến và đánh bại tất cả. *(Tolkien)*

- Tôi mang cái chết trong túi áo trái. Đôi khi tôi lấy nó ra và nói với nó: ‹›Chào cưng, dạo này cưng thế nào? Khi nào thì cưng đến? Ta sẽ sẵn sàng». *(Charles Bukowski)*

- Tiếng gọi của cái chết cũng là tiếng gọi của tình yêu. Cái chết có thể ngọt ngào, nếu chúng ta đáp lại bằng sự quả quyết, nếu chúng ta chấp nhận nó như một

trong những hình thức vĩnh cửu vĩ đại nhất của cuộc sống và sự biến đổi. *(Hermann Hesse)*

29. CHỊU ĐỰNG

- Nếu bạn muốn trở thành con người tốt nhất, bạn phải chịu đựng sự cay đắng nhất của cay đắng. *(Ngạn ngữ Trung Quốc)*

- Sự chịu đựng và sự thờ ơ là những đức hạnh cuối cùng của một xã hội đang giãy chết. *(Aristotle)*

- Thấy rõ thật nhiều người, lại không thể tùy tiện vạch trần họ; ghét cũng thật nhiều người, lại không dễ dàng trở mặt. Có đôi khi, cuộc sống muốn bức ép bản thân ta trở thành người hờ hững, nhẫn nhục, chịu đựng. *(Weibo)*

- Tôi chắc chắn một điều này, rằng bạn chỉ phải chịu đựng để chinh phục. Bạn chỉ phải bền bỉ để cứu bản thân và cứu tất cả những ai dựa vào mình. Bạn chỉ phải tiếp tục đi, và ở cuối đường dài hay ngắn, chiến thắng và vinh dự đang chờ bạn. *(Winston Churchill)*

30. CHỚ ĐỂ MẤT CĂN BẢN GỐC

- Khi ăn măng bụt, hãy nhớ người trồng chúng.

- Một ít việc làm tử tế, một ít lời yêu thương, chúng ta sẽ biến quả đất thành vườn địa đàng như thiên đàng trên kia.

- Một người quá bận tâm tới những việc nhỏ, thường trở nên bất lực đối với những việc lớn.

- Hãy cho tôi cánh tay sẵn sàng hơn là cái lưới sẵn sàng.

- Hầu hết mọi người lãng phí phần nào đó của cuộc đời cố gắng thể hiện những phẩm chất mình không có.

- Chúng ta càng leo lên nấc thang xã hội, bản tính xấu xa càng đeo mặt nạ dày hơn.

- Quần áo đẹp có thể giúp cải trang, nhưng ngôn từ ngốc nghếch sẽ để lộ một kẻ ngu xuẩn.

- Mỗi người nên đi tìm điều vốn thế, chứ không phải điều mình nghĩ là nên thế.

- Giá trị của một người không nằm ở những thứ mà anh ta có, hay thậm chí là những điều mà anh ta làm, mà là bản chất của anh ta.

- Biểu cảm người phụ nữ mang trên gương mặt, quan trọng

hơn nhiều quần áo nàng mặc trên người.

- Hãy đánh giá bản tính tự nhiên của bạn bởi những gì bạn làm trong giấc mơ.

- Những người vội vã phán xét dựa trên bề ngoài hiếm khi thấy được bản chất sự việc. Bản chất một người không phụ thuộc vào cuộc nói chuyện gần nhất mà thể hiện trong toàn bộ mối quan hệ.

31. CHƯA TỰ CHỦ

- Gần thế tục, ai không nhiễm tục

Thân với người, ai không khổ lụy vì người.

- Chưa tự chủ với tình cảm của mình

Khó vượt qua trước tình cảm của người.

- Còn ham thích, tất còn bị lôi cuốn

Hay chán chường thì dễ bị đẩy đưa.

- Aximen: ''Nếu ai cho tôi điểm tựa thì tôi sẽ nâng quả đất''.

Tôi: ''Nếu ai cho tôi điểm tựa thì tôi sẽ tựa suốt đời''.

32. CHÙA

- Thấp thoáng đâu đây cảnh tượng làng

Có con đường đỏ chạy lang thang

Có hàng tre gởi hồn sông núi.

Im lặng chùa tôi ngập nắng vàng...

Mái chùa che chở hồn dân tộc

Nếp sống muôn đời của tổ tiên.

(Nhớ Chùa - Huyền Không)

- Chùa làng dựng xóm côi

Sớm khuya hai buổi nghe hồi chuông ngân.

- Trẻ vui nhà, già vui chùa.

33. CHỨC QUYỀN

- Chưa đỗ ông nghè, đã đe hàng tổng.

- Miệng nhà quan có gan có thép.

34. CÔ ĐƠN

- Những người có tâm hồn cao thượng không bao giờ bị cô đơn.

- Tôi sống với sự cô đơn đau đớn trong tuổi trẻ, nhưng lại ngọt ngào trong những năm tháng trưởng thành. *(Albert Einstein)*

- Cô độc thì đáng sợ đấy, nhưng không đáng sợ bằng việc cảm thấy cô đơn trong một mối quan hệ. *(Amelia Earhart)*

- Vấn đề không thật sự là cô độc, mà là cô đơn. Một người có thể cô đơn giữa đám đông không phải sao? *(Christine Feehan)*

- Người ta lựa chọn cô đơn, không hẳn vì họ không chịu mở lòng, mà vì chẳng có ai cho họ niềm tin và chịu thật lòng với họ.

- Sự cô đơn là con đường mà số phận thử dùng để dẫn dắt con người đến với chính mình. *(Hermann Hesse)*

35. CƠ HỘI

- Đừng cho rằng cơ hội sẽ gõ cửa nhà bạn hai lần.

- Cơ hội đến với tất cả mọi người, nhưng ít người có thể nắm bắt được cơ hội. *(Edward Bulwer- Lytton)*

- Người bi quan để cơ hội chìm vào khó khăn; người lạc quan biến khó khăn thành cơ hội. *(Harry Truman)*

- Cơ hội là bút danh mà thượng đế dùng khi Ngài không muốn ký tên thật. *(Anatole France)*

- Tương lai có rất nhiều tên: Với kẻ yếu, nó là điều không thể đạt được; đối với người hay sợ hãi, nó là điều chưa biết; và với ai dũng cảm, nó là cơ hội. *(Victor Hugo)*

36. CÔ TỊCH

- Khi từ bỏ những nơi chốn không thuận lợi, những cảm xúc hỗn loạn dần dần phai nhạt; khi không có những phóng dật, các hoạt động tích cực phát triển một cách tự nhiên; khi sự tỉnh giác trở nên trong trẻo hơn, niềm tin nơi giáo pháp tăng trưởng- An trú nơi cô tịch là thực hành của một Bồ tát. *(Dilgo Khyentse Rinpoce)*

- Ở một nơi cô tịch không có kẻ thù đánh bại, không có người thân để bảo vệ, không có người trên để tôn kính, không có thuộc hạ để chăm nom. Vì thế, ngoài việc để điều phục tâm mình, bạn sẽ làm điều gì khác ở đó? *(Gyalse Thogme)*

- Sự cô tịch rất có ích. Đôi khi ta nên đối diện với lòng mình mà độc thoại. Lúc đó, ta có thể nghe những lời đau đớn hay dối trá êm đềm tùy theo năng lực phân trí hoặc trí tưởng của ta về con người mình. *(Renhie)*

37. CON NGƯỜI

- Giá trị là ở con người, chứ không phải phẩm tước. *(V. Ugsoly)*

- Khi con trai gần nhau họ lắng nghe, còn con gái thì nhìn nhau.

- Đã sinh ra kiếp đàn ông

Đèo cao núi thẳm sông cùng quản chi.

- Những kẻ biết người, đó là kẻ chìm đắm.

Những kẻ biết mình, đó là kẻ sáng suốt.

Những kẻ chiến thắng người khác, đó là kẻ có sức mạnh.

Những kẻ chiến thắng bản thân mình, đó là kẻ kiên cường. *(Lão Tử)*

- Người dưới vực sâu vẫn cứu kẻ trên bờ. Nếu dưới vực sâu

còn dũng khí.

- Tất cả trong con người, từ mặt mũi, quần áo đến tâm hồn, tư tưởng đều phải đẹp. *(Sê khốp)*

- Người khôn khôn hiện vẻ mặt.

Người dại hiện ra tay chân. *(Tây Nùng)*

- Dạ sâu hơn biển

Bụng kín hơn buồng

- Người tài trí thường giữ vẻ ngoài khờ khạo.

- Ta dại ta tìm nơi vắng vẻ

Người khôn người đến chỗ lao xao.

(Nước Anh)

- Cây thẳng bị đốn trước

Giếng ngọt bị cạn nước.

- Ruồi thích đậu chỗ dơ

Người bụng xấu thích ngao du với kẻ xấu. *(Campuchia)*

- Thấp chui rào, cao lội nước.

- Mặt trời kẻ sống không sưởi ấm người chết. *(Lamactin)*

- Trong suốt đời người, không một phút nào được

phép đối xử nông nổi và thờ ơ với con người. *(Pirarep)*

- Người ta chỉ sống đầy đủ khi sống cho kẻ khác. *(Gygo)*

- Được lòng ta, xót xa lòng người.

- Được người mua, thua người bán.

- Kẻ chế nhạo người khác thì không bao giờ để ý đến cái xấu của mình.

- Đừng quan tâm đến kẻ nói xấu sau lưng bạn. Vì chỗ của họ là ở đó, mãi mãi sau lưng bạn mà thôi.

- Nước không đọng lại trên núi cao, người cao thượng không chất chứa nỗi căm hờn.

- Tất cả những con người vĩ đại đều khiêm tốn.

Càng mạnh mẽ, càng hiền lành; càng thông minh, càng khiêm tốn

Người nào có tấm lòng vàng thì dù mặc quần áo nghèo khổ cũng vẫn cao quý.

- Những người kén cá chọn canh rất bất hạnh, chẳng thứ gì thỏa mãn họ.

- Sông sâu luôn tĩnh lặng

Lúa chín thường cúi đầu

Người giỏi thì khiêm tốn

Kẻ kém lại ba hoa.

38. CÔNG BẰNG

- Nếu bạn nhất định phải có được sự công bằng để sống cuộc đời thành công và hạnh phúc, bạn sẽ không làm được điều đó trong kiếp này, trên hành tinh này. *(Maxwell Maltz)*

- Bạn sẽ hối tiếc rất nhiều điều trong đời, nhưng bạn sẽ không bao giờ hối tiếc vì đã quá tốt hay quá công bằng. *(Brian Tracy)*

- Nền tảng không thể lay chuyển của quốc gia là sự công bằng. *(Dindare)*

- Thương nhau thì để trong lòng, việc quan thì cứ phép ra công ta làm. *(Ca dao Việt Nam)*

- Trời đất không che chở riêng ai.

Mặt trời mặt trăng chẳng soi sáng riêng nhà nào. *(Gia Ngữ)*

39. CỐNG HIẾN

- Ai hiến dâng cuộc đời cho việc tốt là sống lâu hơn tuổi của mình.

- Thước đo cuộc đời không phải ở chỗ nó dài hay ngắn mà ở chỗ bạn đã sử dụng cuộc đời như thế nào.

- Cuộc sống những người tốt là tuổi thanh xuân vĩnh viễn.

Người sống nhiều hơn không phải là người cao tuổi

hơn mà là người biết sử dụng cuộc sống của mình tốt hơn.

- Trên trời nguyện làm chim liền cánh

Dưới đất nguyện làm cây liền cành.

(Ẩn danh)

- Lúc Đức Phật sắp nhập Niết bàn, có một chú Sadi trẻ cứ tìm một góc vắng nào đó để ngồi thiền, không chịu góp công sức làm việc gì cả. Có người trình chuyện này lên Đức Phật. Đức Phật cho gọi chú Sadi lại để hỏi lý do, sao không phụ giúp việc khi Đức Phật nhập Niết bàn. Chú Sadi đáp: ‹›Con nghĩ con chứng ngộ lúc Đức Phật còn tại thế là báo Phật hay nhất". Phật quay mặt hướng về đồ chúng nói ‹›Đi làm theo chú Sadi».

40. CỰC NHỌC

- Đổ mồ hôi mẹ, mồ hôi con.

- Danh vọng càng nhiều thì càng gian nan khó nhọc. Tương lai càng tươi sáng thì cạm bẫy càng nhiều. *(Khuyết danh)*

- Phải yêu thích công việc của bạn. Khi đó, dù là lao động nhọc nhằn nhất đi nữa sẽ được nâng lên tới tầm sáng tạo.

41. CỬ CHỈ ÂU YẾM

- Cử chỉ âu yếm bao giờ cũng đạt được kết quả hơn là vũ lực thô bạo.

42. CŨ - MỚI

- Cái cũ không mới, cái mới chưa hay.

43. CUỘC ĐỜI

- Cuộc đời này thật ngắn ngủi, đừng dành... dù chỉ một phút cho những người, những việc khiến bạn buồn.

- Cuộc sống như một cuốn sách, và mỗi ngày của bạn là một trang sách, càng nhiều trang sách hay... quyển sách càng ý nghĩa.

- Những phiền não trong cuộc đời được gói gọn trong 12 chữ: Không buông được, không nghĩ thông, nhìn không thấu, quên không nổi.

- Sinh ra đời là một việc hết sức đơn giản, nhưng sống trên đời lại hết sức khó.

- Chỉ cuộc đời của những ai không biết ranh giới giữa cái ''của tôi" (ta) và cái ''của anh" (người) mới thật thanh bình.

- Người ta không sống hai lần, nhưng có nhiều kẻ một lần cũng không biết sống.

- Cuộc đời con người lúc nào cũng phải giống như dòng sông đang chảy trước mặt tôi đây. Vẫn một lòng sông ấy thôi, nhưng nước thì luôn luôn đổi mới.

- Một hoa hậu cho biết cô không quan tâm người khác nói gì, điều quan trọng là cô làm đúng và làm được gì. Thỉnh thoảng cô đăng ảnh đi du lịch, chia sẻ niềm hạnh phúc tận hưởng cuộc sống.

- Đừng khóc vì chuyện đã kết thúc. Hãy cười vì nó đã xảy ra.

- Cuộc sống có hai nguyên tắc:

1. Không bao giờ bỏ cuộc.

2. Luôn luôn nhớ tới nguyên tắc.

- Cuộc sống không phải là nói suông; cuộc sống là bổn phận. *(Sue Davey)*

- Mục đích của cuộc đời là một cuộc đời đầy mục đích. *(Robert Byrne)*

44. CỨU TRỢ

- Một miếng khi đói, bằng một gói khi no

- Của tuy tơ tóc, nghĩa so ngàn trùng.

- Cuộc sống trở nên khó khăn hơn khi chúng ta sống vì người khác, nhưng nó cũng trở nên đẹp đẽ và hạnh phúc hơn.

45. ĐÀN ÔNG

- Đối với văn nghệ cũng như đối với đàn ông vậy.

Đừng giam hãm nó, nó sẽ bỏ trốn. Đừng bắt ép nó yêu thương, nó sẽ căm ghét. Đừng ra lịnh cho nó làm tình, nó sẽ làm tội. Đừng cưỡng ép nó, nó sẽ phản bội.

Chỉ thể dùng tự do làm xiềng xích mới hòng giữ được nó. Hãy thả con chim kia, bầu trời là quê hương của nó mới có thể quản lý được cái không thể quản lý là tâm hồn và tình yêu của nó.

- Những sự yếu hèn của người đàn ông đã làm nên sức mạnh cho người đàn bà.

46. DANH DỰ

- Một người có danh dự nếu anh ta giữ mình kiên trì theo đuổi lý tưởng về đạo đức cho dù nó bất tiện, không đem lại lợi lộc hoặc thậm chí là nguy hiểm. *(Walter Lippmann)*

- Ai cũng coi tính mạng là quý giá; nhưng người đáng quý coi danh dự quý giá hơn tánh mạng nhiều. *(William Shakespeare)*

- Tôi thà thất bại trong danh dự còn hơn là thắng nhờ gian lận. *(Sophocles)*

- Danh dự giống như viên đá quý, chỉ một vết rất nhỏ cũng làm mờ ánh sáng lấp lánh của nó và làm mất toàn bộ giá trị của nó.

- Danh tiếng là hương thơm của hành động cao cả anh hùng.

- Gia sản đẹp là một tên tuổi được tôn kính.

- Giữ quần áo lúc mới may

Giữ thanh danh ngay từ lúc trẻ.

- Sự ngắn ngủi là ngày của tôi, còn sự bất tử là tiếng tăm của tôi.

- Tiếng tăm giữ ánh hào quang của nó trong đêm tối.

- Danh dự hồi sinh ngay ở dưới mồ. Danh tiếng là cái mà mọi người nghĩ về chúng ta. Nhân tính là cái mà trời và các thiên thần biết về chúng ta.

47. DANH LỢI

- Danh lợi lâng lâng gió thoảng qua. *(Nguyễn Bỉnh Khiêm)*

- Khi đồng tiền lên tiếng là khi sự thật im lặng *(Tục ngữ Nga)*

- Tôi không bao giờ tìm kiếm thanh công vì danh vọng và tiền bạc; tài năng và đam mê nằm trong thành công mới đáng quý. *(Ingrid Bergman)*

48. DANH NHƠ

- Phấn son lúc sống chưa rồi nợ,

Trăng gió đời sau để tiếng dơ.

- Tác Hại Của Rượu: Rượu mạnh thường có màu trắng, nó làm đỏ mặt và làm đen danh dự.

49. DANH THƠM

- Người như hoa ở đâu thơm đấy. *(Việt Nam)*

- Đời người cũng như bài thơ, giá trị của nó không tùy thuộc số câu mà vào nội dung. *(Senec)*

- Có hoa mừng hoa, có nụ mừng nụ. *(Việt Nam)*

- Làm sao như quế trên non

Trăm năm khô rụi vẫn còn thơm tho. *(Việt Nam)*

- Hoa thơm thơm lạ, thơm lừng

Thơm lây đến rễ, người chồng cũng thơm. *(Việt Nam)*

- Voi chết để xác; cọp chết để da; người chết để tiếng. *(Lào)*

50. DANH TIẾNG

- Phải làm nhiều việc tốt mới gây được tiếng tăm tốt, và chỉ một việc xấu ta có thể đánh mất nó. *(Benjamin Franklin)*

- Người không tắm rửa thì càng sức nước hoa càng thấy thối. Danh tiếng và tôn quý đến từ sự chân tài thực học, có đức tự nhiên thơm. *(Phật học Trung Hoa)*

- Người khôn ngoan không bao giờ vì trọng cái danh hảo mà xem nhẹ tính mạng mình. *(Lão Tử)*

- Đạo có thể nói được thì không phải đạo trường cửu.

Danh có thể gọi được thì không phải danh còn mãi.

(Đạo khả đạo phi thường đạo, danh khả danh phi thường danh) cho nên Lão Tử chủ trương: ''Bất ngôn chi giáo" (giáo lý không dùng lời nói) và Phật Thích Ca tay cầm hoa sen, miệng mỉm cười mà Ca Diếp giác ngộ yếu chỉ truyền đạo của Ngài *(Kinh Pháp Hoa).*

51. ĐẠO ĐỨC

- Không bao giờ có một người thật sự vĩ đại mà lại không phải là một người thực sự đạo đức. *(Benjamin Franklin)*

- Một người chỉ thực sự có đạo đức, khi anh ta phục tùng sự thôi thúc muốn giúp tất cả mọi sinh mệnh anh ta có thể giúp được, và lùi lại không làm tổn thương bất cứ sinh linh nào. *(Albert Schweitzer)*

- Tri thức trở thành tàn ác nếu mục tiêu không có đạo đức. *(Plato)*

- Làm việc lành, giúp đỡ mọi người với tâm từ ái và đạo đức sẽ mang lại kết quả tốt đẹp, khiến cho tâm hồn bạn và tâm hồn người mát mẻ hạnh phúc. *(Ajahn Chah)*

- Rồng tuy linh thiêng nhưng khi đã vào ngòi cạn thì loài tôm tép cũng coi thường. Hổ tuy oai nhưng khi đã lạc xuống đồng bằng thì con chó cũng khinh. *(Tân Quảng Hiền)*

- Bạc nhẹ giá hơn vàng, vàng nhẹ giá hơn đức. *(Horax)*

- Kẻ mạnh không phải là kẻ giẫm lên vai người khác để thỏa mãn lòng ích kỷ. Kẻ mạnh chính là kẻ đặt người khác lên trên đôi vai mình. *(Nam Cao)*

- Đói cho sạch, rách cho thơm. *(Việt Nam)*

- Dè sẻn lời khen là dấu hiệu to lớn của tầm thường. *(Vororago)*

- Đức nhỏ mà địa vị cao, trí cạn mà mưu việc lớn trước sau cũng gặp họa. *(Khổng Tử)*

- Nhân từ ngọt ngào là dấu hiệu của tính cao thượng. *(Tagor)*

- Đạo đức bao giờ cũng thắng uy vũ nhưng đạo đức thiếu uy vũ thì nhiều khi là đạo đức nhu nhược. *(Hàn Tín)*

- Phàm mọi việc nên giữ lại chút nhân tình để sau này thấy mặt nhau. *(Khổng Tử)*

- Biết yêu kẻ đã xúc phạm mình đó là đức hạnh của kẻ trượng phu. *(Maro Orela)*

- Cười người chớ khá cười lâu.

Cười người hôm trước hôm sau cười người. *(Anh)*

- Giàu đổi bạn, sang đổi vợ. *(Việt Nam)*

- Từ thiện không phải là quăng cho con chó khúc xương trong khi mình no, mà từ thiện là ném cho con chó đói cái xương trong lúc mình cũng đói như con chó vậy. *(Ngụy Ngụy)*

- Bạn không thể phục tùng thì bản thân bạn cũng không dám ra lệnh *(David Guranisovili)*

- Đã không giúp tay chèo.

Đừng lấy chân cản nước.

(Campuchia)

- Trong những hành động bôi nhọ, bỉ ổi nhất là vu khống bằng thư nặc danh. Đó là hành động của tên cướp ban đêm núp trong bụi rậm bắn lén vào người lữ hành. *(Dilatena)*

- Việc được thì giềm pha nổi lên

Đức cao thì chê bai kéo đến.

(Hàn Dũ)

- Giúp đỡ sốt sắng khác nào giúp hai lần. *(Nga)*

- Chắp tay là hay mà mở tay ra lại càng hay hơn. *(Ratitbon)*

- Ngậm máu phun người là dơ miệng mình. *(Anh)*

-Tìm nhân đức nơi kẻ khác,

Tìm tật xấu nơi chính mình.

(Franklin)

52. ĐẤU TRANH

- Đấu tranh với nghịch cảnh và chinh phục được chúng, là hạnh phúc lớn nhất của con người. *(Samuel Johnson)*

- Cuộc sống vốn có những điều khó khăn, thử thách và cả thất vọng, nỗi buồn. Hãy dũng cảm vượt qua để luôn là chính mình, và đừng để điều gì có thể che khuất ước mơ, niềm tin và hoài bão. *(Khuyết danh)*

- Cây sồi cứng cáp nhất trong rừng không phải là cây sồi được che chắn khỏi bão tố và ánh nắng mặt trời. Đó là cây sồi đứng ở nơi rộng rãi, nơi mà nó phải đấu tranh cho sự sinh tồn, chống lại gió mưa và mặt trời thiêu đốt. *(Napoleon Hill)*

- Tất cả những điều vĩ đại đều đã từng bị chế nhạo, lên án, đả kích, chèn ép trong quá khứ - chỉ để rồi vượt lên từ đấu tranh, càng mạnh mẽ và thắng lợi hơn. *(Nikola Tesla)*

- Quá khứ là kinh nghiệm, hiện tại là đấu tranh, tương lai là của mình.

- Xây dựng thành công từ thất bại. Sự chán nản và thất bại là hai bước đệm chắc chắn nhất dẫn tới thành công.

53. ĐỀN MẠNG SÁT SANH

- Giết một thân phải đền một mạng,

Ăn thịt kia tám lượng phải đền lại nửa cân.

54. ĐẸP CHÂN THẬT

- Đẹp không do thân đẹp, mà do việc làm đẹp.

- Sắc đẹp là hoa chóng tàn

- Chân lý ngừng lại trước trí tuệ, còn cái đẹp đi sâu vào trái tim.

- Sắc đẹp không phải là vẻ bề ngoài. Nó là ánh sáng chiếu rọi từ bên trong. *(Charles Bukowski)*

55. ĐỊA VỊ

- Điều quan trọng không phải là vị trí ta đang đứng, mà ở hướng ta đang đi.

- Bạn không phải nắm giữ địa vị gì để có thể làm người lãnh đạo. *(Henry Ford)*

56. ĐỊNH KIẾN CHẤP THỦ

- Chỉ có thằng ngốc hay người chết mới không bao giờ thay đổi ý kiến của họ (định kiến).

- Hãy bắt đầu một ngày mới không định kiến. Nếu bạn là lãnh đạo thì điều này càng quan trọng, bởi vì, định kiến của lãnh đạo chính là sự cản trở lớn nhất đối với sự phát triển nhân viên.

- Cố chấp và bảo thủ là bằng chứng chắc chắn nhất của sự

ngu. *(J. B. Bactông)*

57. ĐOÀN KẾT

- Một con én không làm nổi mùa Xuân,

Một ngôi sao chẳng làm sáng đêm tối

Một bông lúa chín chẳng nên mùa màng.

- Trâu béo kéo trâu gầy

- Một cây làm chẳng nên non, ba cây chụm lại thành hòn núi cao *(Ca dao)*

- Cây liễu ngã theo chiều gió và sinh trưởng, cho tới một ngày nó trở thành nhiều cây liễu - một bức tường chắn gió. *(Frank Herbert)*

- Một giọt nước tách rời khỏi đại dương để có thể tìm được sự yên nghỉ trong nhất thời nhưng giọt nước trong đại dương thì không hề biết được sự yên nghỉ.

- Hai con chó có thể giết được con sư tử.

- Môi hở răng lạnh.

- Chim cùng lông, bay cùng đàn.

- Cá muốn sống khác loài cá bỏ nước nhảy lên bờ: Bị chết.

Cọp muốn sống khác loài cọp bỏ núi ra đồng bằng: Bị bắt.

- Năm châu một chợ bốn bể một nhà.

58. ĐỌC SÁCH

- Tất cả mọi thứ mọi tầm thường, chỉ có việc đọc là cao quý nhất (Vạn ban giai hạ phẩm, duy hữu độc như cao).

- Một vài người nói họ chỉ sống một lần trong đời, đó là vì họ đã không đọc sách.

- Đọc sách cho tâm trí cũng cần như thể dục cho cơ thể.

- Hai cách để hạnh phúc:

Dùng tiền mua những thứ có thể khiến bạn hạnh phúc;

Dùng tri thức để biết mình hạnh phúc với những gì mình đang có.

59. ĐỐI XỬ HƠN NGƯỜI

- Một niềm vui, tất cả nỗi buồn đều xả

Một nụ cười, mọi thứ hiềm khích tự tiêu tan

Một niềm thương, bao tị hiềm chợt tắt

Một phút tình, những hận ghét tan hoang.

- Chỉ cần biết rằng, khi bạn thực sự muốn thành công, bạn sẽ không bao giờ từ bỏ, dù cho mọi thứ có tồi tệ đến đâu đi chăng nữa. *(Khuyết danh)*

- Hãy chịu trách nhiệm về cuộc đời mình. Nên biết rằng chính bạn chứ không ai khác sẽ là người đưa bạn tới nơi bạn muốn. *(Les Brown)*

- Những việc tôi đã làm, tôi không hối hận. Tôi chỉ hối hận về những việc tôi có cơ hội thực hiện nhưng lại không mà thôi. *(Khuyết danh)*

- Thách thức là điều làm cho cuộc sống trở nên thú vị và vượt qua được thử thách là những gì tạo nên ý nghĩa cuộc sống. *(Joshua J. Marine)*

- Thật khó để chờ đợi một điều gì đó bạn biết có thể chẳng bao giờ xảy ra, nhưng còn khó hơn là để từ bỏ một điều mà bạn muốn. *(Khuyết danh)*

- Một trong những bí quyết quan trọng nhất để có được thành công là lập nên quy tắc làm những việc bạn biết mình nên làm, dù cho bạn không muốn đi chăng nữa. *(Khuyết danh)*

- Những điều tốt đẹp sẽ đến với những người biết chờ đợi... Những điều tuyệt vời hơn sẽ đến với những người chịu bắt tay vào việc và làm bất cứ điều gì để làm chúng trở thành hiện thực. *(Khuyết danh)*

- Hạnh phúc là thứ không thể đến được, sở hữu được, kiếm được hay mặc vào được. Nó là trải nghiệm tinh thần của mỗi phút giây ta sống với tình yêu, vinh dự và lòng biết ơn. *(Denis Waitley)*

- Để thành công, khao khát thành công của bạn phải lớn hơn nỗi sợ thất bại. *(Bill Cosby)*

- Hãy đi đến nơi mà bạn được chào đón - chứ không phải nơi người khác phải chịu đựng bạn. Nếu họ không thể nhìn ra giá trị thực của bạn, đã đến lúc có một khởi đầu mới. *(Khuyết danh)*

- Sự trả thù tốt nhất là một thành công vĩ đại. *(Frank Sinatra)*

- Tôi biết ơn những người đã nói KHÔNG với tôi.

Bởi nhờ họ, tôi tự mình làm điều đó. *(Albert Einstein)*

- Cách duy nhất để làm tốt một việc là hãy yêu công việc của bạn làm. Nếu bạn chưa tìm thấy nó, hãy cứ tiếp tục tìm kiếm. Đừng dừng lại. *(Steve Jobs)*

- Cuộc đời rất ngắn ngủi, hãy sống trọn từng phút giây. Tình yêu rất hiếm hoi, hãy nắm lấy thật chặt. Giận dữ là không tốt, hãy loại bỏ nó ngay. Sợ hãi rất tồi tệ, hãy đối mặt với nó. Những kỷ niệm luôn ngọt ngào, hãy trân trọng chúng. *(Khuyết danh)*

- Khi bạn nói ''Khó quá'' đồng nghĩa với việc: ''Tôi không đủ mạnh mẽ để đấu tranh vì nó''. Hãy ngừng ngay việc kêu ca. Hãy suy nghĩ tích cực! *(Khuyết danh)*

- Cuộc sống giống như việc chụp ảnh. Bạn cần có điểm mờ để tạo nên bức hình đẹp. *(Khuyết danh)*

- Đừng lo lắng về thất bại, hãy lo về những cơ hội bạn bỏ lỡ khi bạn không hề cố gắng. *(Jack Canfield)*

- Nỗi đau bạn cảm nhận hôm nay sẽ là nguồn sức mạnh cho bạn trong tương lai. Mỗi thách thức sẽ đem lại cho bạn cơ hội trưởng thành. *(Khuyết danh)*

- Hãy xây lên giấc mơ của riêng bạn, nếu không người khác sẽ thuê bạn xây dựng giấc mơ của họ đó. *(Farah Gray)*

- Thứ duy nhất chen vào giữa bạn và ước mơ của bạn là ý chí

cố gắng và niềm tin có thể thực hiện được. *(Joel Brown)*

- Mỗi người đi qua đời ta đều dạy cho ta điều gì đó... Một số bài học rất đau đớn, một số thì không... Nhưng tất cả đều vô giá. *(Khuyết danh)*

- Hạnh phúc không có nghĩa là mọi thứ đều hoàn hảo. Nó có nghĩa rằng bạn đã quyết định nhìn xa hơn những khiếm khuyết. *(Khuyết danh)*

- Không một ai viết ra một kế hoạch khiến bản thân trở nên trắng tay, mập ú, lười biếng hay ngu ngốc. Đó chỉ là những gì xảy đến khi bạn không có một kế hoạch cho mình. *(Larry Winget)*

- Dù rằng không ai có thể quay lại và tạo dựng một khởi đầu mới, nhưng bất cứ ai cũng có thể bắt đầu từ bây giờ và có một kết thúc mới. *(Carl Bard)*

- Khi quá khứ gọi tên, hãy cho nó vào hộp thư thoại, tin tôi đi, nó chẳng thể nói lên được điều gì mới cả. *(Khuyết danh)*

- Nguyên tắc số 1 của cuộc sống. Hãy làm những gì khiến bạn hạnh phúc. *(Khuyết danh)*

- Hãy tránh xa bất cứ điều gì hay bất cứ ai lấy đi niềm vui của bạn, bởi cuộc đời ngắn ngủi quá để phải chịu đựng những kẻ ngu ngốc. *(Khuyết danh)*

- Hãy luôn nhớ rằng có một người nào đó vẫn sẽ hạnh phúc dù họ có ít hơn những gì bạn có. *(Khuyết danh)*

- Thất bại lớn nhất của bạn có thể gặp trong đời là chẳng bao giờ cố gắng. *(Khuyết danh)*

- Không ai cho tôi thành công. Tôi phải tự đi tìm và nắm lấy nó. Đó là lý do vì sao tôi đứng đây. Để chế ngự. Để chinh phục cả thế giới và tôi". *(Khuyết danh)*

60. ĐỒNG CHÍ HƯỚNG

- Ý tưởng lớn thường gặp nhau.

- Một nhà thơ từ trên lầu bước xuống ngâm thơ: Ngoài kia mưa gió bão bùng.

Người con không biết thơ văn gì cả, cảm ứng lại: Ba ơi! Ba để cái mùng ở đâu?

61. ĐỒNG LOẠI

- Bernard Shaw: "Tội ác lớn nhất là sự hững hờ đối với đồng loại".

62. ĐỘNG NÃO

- Bill Gates, nhà sáng lập công ty điện toán: ''Hãy động não và đi trước thời gian''.

63. ĐỨC HẠNH

- Đức hạnh đang làm cho con người ta được đáng yêu trong đời sống, và được tưởng nhớ sau khi chết. *(Graxian)*

- Cái đức lớn rất khó tìm. *(Fenelon)*

- Sự thanh thản của tâm hồn được đổi bằng giá của đức hạnh. *(Pixarep)*

- Sự điều độ là sợi tơ nối liền tất cả viên ngọc trát của đức hạnh.

- Người trồng cây hạnh người chơi, Ta trồng cây đức để đời cho con.

- Không có nghèo khó ở nơi nào có đức hạnh và không có giàu sang hoặc danh dự ở nơi nào không có đức hạnh.

- Chính đức hạnh mới làm nên cái lịch sử cao quý. *(Fenel)*

- Khi bạn đã cố gắng hết sức mà họ vẫn không cảm nhận được, vậy thì hãy dừng lại. Hãy sống vì những gì xứng đáng hơn.

- Là phụ nữ đừng ỷ vào nhan sắc, vì nó sẽ tàn phai theo thời gian.

Người phụ nữ có tâm đẹp mới là người phụ nữ đẹp nhất.

Tám Điều Khấn Nguyện
Để Tăng Trưởng Nhân Cách Đức Hạnh

1. Cho con biết khiêm hạ,
Biết tôn trọng mọi người,
Tự thấy mình nhỏ thôi,
Việc tu còn kém cỏi.
2. Cho tay con rộng mở,
Biết san sẻ cúng dường,
Biết giúp đỡ yêu thương,
Đến những người khốn khó.

3. Xin cho con bình thản
Trước nghịch cảnh cuộc đời,
Dù bị mắng bằng lời,
Hay bằng điều mưu hại.

4. Xin tâm con sung sướng
Khi thấy người thành công,
Hoặc gây tạo phước lành,
Như chính con làm được.

5. Xin vòng dây tham ái,
Rời khỏi cuộc đời con,
Để cho trái tim con,

Biết yêu thương tất cả.

6. Xin cho con giữ vững
Được chí nguyện tu hành,
Không một phút buông lơi,
Không một giờ xao lãng.

7. Xin vẹn toàn giới hạnh,
Với thiền định lắng sâu,
Với trí tuệ nhiệm mầu,
Xóa tan dần chấp ngã.

8. Xin cho con tỉnh táo,
Không kiêu mạn tự hào,
Dù tu tiến đến đâu,
Vẫn tự tìm chỗ dở[3]

64. ĐỨC NĂNG THẮNG SỐ

- Đức năng thắng số.

- Đau Nam chữa Bắc bệnh thuyên mới tài.

65. ĐỨC TÀI

- Đức tài cần phải song đôi và thường tưởng Phật vững ngồi thảnh thơi.

- Đức tài quý tợ vàng mười, có tài thiếu đức, để cười muôn thu.

---

3   Trích đoạn Lời Khấn Nguyện. https://thuvienhoasen.org/a29989/ loi-khan-nguyen

- Lợi danh câu nhủ những người, dễ đâu thêm bớt cuộc đời phiêu nhiêu.

- Thánh nhân vui cảnh dịu hiền. Đạt nhơn vui cảnh vô biên dung hòa.

66. DỤC VỌNG

- Lương tâm là tiếng nói của linh hồn; Dục vọng là tiếng nói của cơ thể. *Conscience is the voice of the soul; the passions are the voice of the body. (Jean Jacques Rousseau)*

- Trái tim thật nhỏ, nhưng lại khao khát những

điều to lớn. Nó chẳng đủ để làm bữa tối của một chú diều hâu, thế nhưng toàn bộ thế giới đều không đủ đối với nó. *(Francis Quarles)*

- Dục vọng là cơn đau tìm kiếm sự thuyên giảm qua chiếm hữu.

- Khát vọng càng được mãn nguyện càng thêm kích động. *(Guy a Sada)*

- Lòng tham ào ạt như thác nước, nó không ngoái nhìn lại phía sau.

- Lòng tham không đáy, cái họa tày trời.

67. ĐỨC HẠNH - VINH QUANG

- Gieo đức hạnh, gặt vinh quang.

68. ĐỪNG ĐỂ MẤT LÒNG TIN

- Một tì vết nhỏ có thể làm mất giá trị viên ngọc quý (đừng để mất lòng tin).

- Đôi khi cuộc đời sẽ ném gạch vào đầu bạn. Đừng đánh mất niềm tin. *(Steve Jobs)*

- Lòng tin giống như một cục tẩy, nó sẽ mòn dần sau mỗi lỗi

sai mà ta mắc phải.

69. ĐƯỢC LÒNG

- Được lòng rắn, mất lòng ngóe; được lòng bà Vãi, mất lòng ông Sư.

70. GANH GHÉT

- Nhất định có người ghét mình, nhưng hay nhất là không có người nào mình ghét.

Nhất định có người hận mình, nhưng hay nhất là không có người nào mình hận.

- Đừng chen chân vào vì địa ngục đã chật ních.

- Sự ghen tị với người khác nuốt chửng chúng ta nhiều nhất.

- Bạn không thể vừa ganh tị vừa hạnh phúc.

- Đừng ghen tị với ai trước khi biết họ đã kết thúc cuộc đời họ như thế nào.

- Ở núi này tưởng thấp, ngắm núi nọ tưởng cao.

- Rất dễ căm ghét thứ mình không thể có.

- Khi lòng đầy ghen tị, người ta chê bai mọi thứ, dù tốt hay xấu.

- Việc được, thì gièm pha nổi lên. Đức cao, thì chê bai kéo đến.

- Không ghen ghét ai, không cầu cạnh ai, thì làm việc gì mà chẳng lành chẳng tốt

- Sự cao cả là ở chỗ không cảm thấy ghen tị khi nhìn những người khác đạt được những thành công mà bản thân mình khao khát.

- Không ai có thể khiến bạn ghen tị, tức giận, thù hận hay tham lam- trừ phi bạn cho phép điều đó. *(Napoleon Hill)*

- Ta càng bay cao, ta càng nhỏ trong mắt những kẻ không thể

bay. *(Friedrich Nietzsche)*

- Số ít có hành động là đối tượng ghen tị của số đông chỉ quan sát. *(Jim Rohn)*

71. GIẢ DỐI

- Cá sấu nhỏ lệ trước khi nuốt mồi,

Cáo mượn oai hùm mà nhát khỉ,

Ruồi nương đuôi ký luống khoe người.

- Tưởng lầm tắt đèn nhà ngói như nhà tranh,

Thấp thoáng bóng đêm cú cũng như tiên.

- Hãy trốn tránh trong chốc lát người giận dữ, nhưng bạn nên trốn vĩnh viễn kẻ giả dối.

72. GIÁO DỤC HỮU HIỆU

- Sự thật giống như uống nước đắng, vị không ngon nhưng có tác dụng phục hồi sức khỏe.

- Trong việc dạy trẻ, một giờ dịu dàng còn hơn một năm khe khắt.

- Nói năng ngắn gọn bao giờ cũng súc tích và có khả năng gây ấn tượng mạnh.

- Nhanh thì cần thiết nhưng vội thì có hại.

73. HÀNH ĐỘNG

- Làm việc là phương pháp tốt nhất để chúng ta yêu cuộc sống. *(G. Ronang)*

- Mạnh dùng sức, yếu dùng chước. *(Nga)*

- Nằm ngửa nhổ ngược. *(Việt Nam)*

- Người yêu nghề bao giờ cũng thấy công việc của mình chưa hoàn hảo. *(Xpodli)*

- Phủ nhận không khó, làm được mới khó. *(H. Detuso)*

- Một cuốn sách tốt, một lời nói hay có thể làm điều thiện, song một gương lành thuyết phục trái tim hùng biện hơn. *(Khổng Tử)*

- Quan trọng không phải đi mau mà là đi mãi. *(Plutac)*

- Một tia lửa nhỏ đốt cháy cả rừng. *(Pho xilido Mailop)*

- Hãy đồng hóa những gì mà các bậc tiền bối đã làm và hãy đi xa hơn. *(X Ton Xtoi)*

- Chớ nhắm mắt lại ngủ, nếu chưa soát lại tất cả các việc làm trong một ngày qua. *(Victor Hugo)*

- Chỉ có kẻ nào không hoạt động chút gì và suốt đời là một sinh vật hoàn toàn thụ động, kẻ đó mới thật đáng khinh bỉ. Chết ở đầm lầy cũng dễ như chết ở ngoài biển cả. Nhưng nếu biển cả nguy hiểm một cách hấp dẫn thì đầm lầy nguy hiểm một cách gớm ghê. Thà bị nạn đắm tàu còn hơn bị sa vào đầm lầy. *(Dobloliubop)*

Ý nghĩa là bông hoa, lời nói là bầu hoa và việc làm là trái quả.

- Đừng hoãn lại việc gì về sau, bởi vì về sau bạn cũng không dễ dàng hơn.

- Câu trả lời ngắn nhất là hành động.

- Duyên dáng là hành động (chứ không phải nụ cười).

- Chớ lề mề trong việc phải làm gấp, chớ hấp tấp trong việc không cần vội.

- Diện mạo tô điểm cho bức tượng.

 Việc làm tô điểm cho con người.

- Mở đầu tốt là đã xong một nửa công việc.

- Đừng đợi khát khô cổ mới đào giếng.

Những công việc chân chính, vĩ đại,

Bao giờ cũng đơn giản khiêm nhường.

Chỉ có cuộc sống vì người khác mới có giá trị.

Sứ mệnh chân chính của con người là

Sống chứ không phải tồn tại.

74. HÀNH ĐỘNG - LAO ĐỘNG

- Để làm một cây gậy cong thẳng ra, chúng ta uốn nó ngược chiều lại (đừng phức tạp vấn đề).

- Con ong chăm chỉ không có thời gian để buồn.

Ai làm việc thì luôn luôn tươi trẻ.

- Biết phải làm gì chưa đủ, còn phải có dũng cảm thực hiện điều đó.

- Ý nghĩa là bông hoa, lời nói là bầu hoa và việc làm là trái quả.

- Để đào một cây lên, anh phải bắt đầu từ rễ.

- Nhiều người việc khó cũng hóa dễ.

- Hãy tìm được nhiều lời khuyên tốt trước khi bắt tay làm việc và khi đã quyết định rồi hãy hành động ngay.

- Một ít việc làm tử tế, một ít lời yêu thương, chúng ta sẽ biến quả đất thành vườn địa đàng như thiên đàng trên kia.

- Hỏi đi bạn sẽ được cho, tìm đi bạn sẽ thấy, gõ đi và cửa sẽ mở ra cho bạn (khuyên thực hành).

- Khi bạn không thể thực hiện những gì ao ước, bạn nên ao ước những gì bạn có thể làm.

- Nếu dây cung được gương căng thì mũi tên nhất định sẽ bay mau.

- Học vấn là cái kho, lao động là chìa khóa mở cái kho ấy. *(P. Bua xto)*

- Tìm hạnh phúc trong việc làm cũng giống như đào một tảng đá cứng để tìm vàng. Người ta cần nghị lực, sức lực và nhiệt tâm để thành công.

- Mùa Xuân không gieo, mùa Hè không mọc, mùa Thu không gặt, mùa Đông đói meo. *(G. Herbt)*

- No ăn, no mặc bởi hay làm. *(Nguyễn Trãi)*

- Không có ngày lễ cho những ai không làm việc trong ngày thường.

- Đau lưng nhẹ óc. *(Nga)*

- Kẻ ăn không ngồi rồi như dòng nước đọng... Kẻ ấy sẽ bị hủy hóa.

- Lửa thử vàng, vàng thử người.

Gieo hành vi, bạn sẽ gặp thói quen.

Gieo thói quen, bạn sẽ gặp tính cách.

Gieo tính cách bạn sẽ gặp số phận.

75. HẠNH PHÚC GIA ĐÌNH

- Tin vui có thể đặt trên ảo tưởng nhưng hạnh phúc phải đặt trên sự thật.

- Hạnh phúc không phải điểm đến mà là hành trình đến.

- Gia đình là nơi gặp gỡ các tâm hồn với nhau, nếu yêu thương lẫn nhau thì gia đình họ sẽ đẹp như một vườn hoa. Nhưng nếu những tâm hồn này không hòa hợp với nhau, thì giống như một trận bão tàn phá khu vườn. *(Đức Phật)*

- Tôi lớn lên nhờ tình yêu thương của gia đình. *(Maya Angelou)*

- Gia đình là la bàn chỉ dẫn chúng ta. Gia đình là nguồn cảm hứng để đạt được vị thế cao nhất và là niềm an ủi đôi khi chúng ta vấp ngã. *(Brad Henry)*

- Chúng ta phải chăm sóc các thành viên trong gia đình, bất cứ khi nào chúng ta có thể. *(Elizabeth Gibert)*

- Gia đình, nơi chúng ta không bao giờ muốn trốn chạy, tận sâu trong trái tim chúng ta chưa bao giờ muốn như vậy. *(Dodie*

Smith)

- Khi tất cả mọi thứ bỏ bạn mà đi, người luôn ở bên cạnh bạn không hề ngần ngại chính là người trong gia đình bạn. *(Jim Butcher)*

- Yêu gia đình bạn, dành thời gian chăm sóc và quan tâm người trong gia đình là thứ bạn không bao giờ cảm thấy hối tiếc.

- Gia đình không chỉ là một điều gì đó quan trọng, mà là tất cả mọi thứ đối với chúng ta. *(Michael J. Fox)*

- Không ai có thể bỏ gia đình lại phía sau hoặc lãng quên. *(David Ogden Stiers)*

- Bạn có thể làm gì để duy trì một thế giới hòa bình? Hãy luôn hướng về và yêu thương gia đình của bạn. *(Mother Theresa)*

- Gia đình hạnh phúc là thiên đường sớm tới với ta. *(George Bernard Shaw)*

- Gia đình là trong những kiệt tác của thiên nhiên. *(George Santayana)*

- Mỗi ngày trong cuộc sống của chúng ta đều để lại kỷ niệm trong trí nhớ của các thành viên. *(Charles R. Swindill)*

- Tôi cảm nhận rằng gia đình là nơi bí ẩn và hấp dẫn nhất trên thế giới. *(Amosz)*

- Sống trong ngôi nhà lớn hay không không quan trọng, mà quan trọng là tình yêu thương trong ngôi nhà đó. *(Peter Buffett)*

- Tình yêu thương gia đình có thể tha thứ cho tất cả. *(Mark V. Olsen)*

- Gia đình là nơi bạn yêu thương nhất, nhưng lại là nơi bạn hành động tồi tệ nhất. *(Marjorie Pay Hinckley)*

- Chúng ta luôn phải nhớ rằng: Gia đình là tất cả những gì chúng ta có. *(Katie Jennings)*

- Mọi người trong gia đình yêu bạn. Họ luôn dang rộng cánh tay ôm lấy bạn, yêu bạn kể cả khi bạn không đáng yêu chút nào. *(Deb Caletti)*

- Sức mạnh của gia đình cũng như sức mạnh của quân đội. Luôn tồn tại sự trung thành giữa các thành viên. *(Mario Puzo)*

- Tất cả các gia đình hạnh phúc đều giống nhau, còn những gia đình không hạnh phúc thì có hoàn cảnh riêng không gia đình nào giống gia đình nào cả. *(Leo Tolstoy)*

- Gia đình là điều quan trọng nhất trong thế giới này. *(Princess Diana)*

- Không có gì giống như niềm vui của cả gia đình. *(Jerry Seinfeld)*

- Cách giúp bạn hàn gắn với thế giới là hãy bắt đầu hàn gắn gia đình riêng của bạn. *(Mother Theresa)*

- Khi chúng ta cố gắng dạy con về cuộc sống, thì thật ra con chúng ta đang dạy chúng ta biết ý nghĩa thực sự của cuộc sống. *(Angela Schwindt)*

- Một người đi vòng quanh thế giới để tìm những thứ anh ta cần, và cuối cùng anh ta trở về nhà để tìm nó. *(George Moore)*

- Với tôi, gia đình của tôi, bạn bè của tôi đã dạy tôi ý nghĩa thực sự của tình yêu. Tóm lại, yêu thương là cho đi và không mong nhận lại. *(Nicholas Sparks)*

- Trân trọng trong từng khoảnh khắc với người mà bạn yêu, trong mọi giai đoạn của cuộc đời bạn. *(Jack Layton)*

- Có lẽ đó không phải là những vì sao, mà là những cửa sổ nơi tình yêu từ những người thân đã mất tràn qua và chiếu sáng chúng ta, cho chúng ta biết rằng họ vẫn hạnh phúc. *(Ngạn ngữ Eskimo)*

- Ở điểm tốt của cuộc đời, bạn sẽ không bao giờ nối tiếc chuyện không vượt qua thêm một bài thi, chiến thắng thêm một tranh chấp, hay hoàn thành một việc kinh doanh. Bạn sẽ nối tiếc đã không sử dụng thời gian để ở bên cạnh vợ chồng bạn bè, con cái, hay cha mẹ mình. *(Barbana Bush)*

- Sức mạnh của một dân tộc bắt nguồn từ cuộc sống hòa hợp của một gia đình. *(Khổng Tử)*

- Con người là sinh vật duy nhất trên trái đất xây dựng tổ ấp cho con cái của mình. *(Bill Cosby)*

- Người ta càng làm nhiều, thấy nhiều và cảm nhận nhiều, người ta có thể làm được nhiều, và càng biết đánh giá chân thực về những điều cơ bản như gia đình, tình yêu và thấu hiểu sự đồng hành. *(Amelia Earhart)*

- Đối với bất kỳ ai trong chúng ta, gia đình luôn là quan trọng nhất. Sẽ có lúc tôi sẽ nằm trong phòng bệnh với bốn bức tường bao quanh. Và người sẽ bên cạnh tôi lúc đó sẽ chỉ là gia đình của tôi. *(Robert Byrd)*

- Khi bạn gặp rắc rối, gia đình sẽ luôn ở bên cạnh động viên bạn. *(Guy Lafleur)*

- Để hiểu được tình yêu thương của cha mẹ dành cho bạn, bạn phải nuôi lớn con cái của mình. *(Chinese Proverb)*

76. HẠNH PHÚC - DANH THƠM - TIẾNG TỐT

- Nước trăm sông sở dĩ chảy về biển cả vì biển cả thấp. Cũng vậy, người biết quên mình lo cho người khác thì nguồn hạnh phúc, danh thơm, tiếng tốt, sẽ đến với họ. Chắc chắn như vậy.

77. HIỆN TẠI QUAN TRỌNG

- Một giờ bỏ phí hôm nay là một mầm cực khổ của ngày mai.

- Một hôm nay giá trị bằng hai ngày mai. *(Franklin)*

- Gương sáng để soi hình hài. Việc quá khứ để suy biến hiện tại. *(Khổng Tử)*

- Mỗi giờ hao phí trong hiện tại là một dịp rủi ro trong tương lai.

- Hôm nay là tương lai của tôi. *(Sophikco)*

78. HIỆN TẠI - TƯƠNG LAI

- Đừng đếm những gì bạn đã mất, hãy quý trọng những gì bạn đang có và lên kế hoạch cho những gì sẽ đạt được bởi quá khứ không bao giờ trở lại, nhưng tương lai có thể bù đắp cho mất mát.

- Sự kiên nhẫn của ngày hôm nay có thể biến những nản lòng của ngày hôm qua thành khám phá của ngày mai. Những mục đích của ngày hôm nay có thể biến những thất bại của ngày hôm qua thành quyết tâm của ngày mai. *(William Arthur Ward)*

Today's patience can transform yesterday's discouragements into tomorrow's discoveries. Today's purposes can turn yesterday's defeats into tomorrow's determination. *(William Arthur Ward)*

- Tôi chẳng có gì để làm với quá khứ; với tương lai cũng vậy. Tôi sống trong hiện tại. *(Ralph Waldo Emerson)*

79. HỌC

- Học không chán, dạy không mệt.

(Học nhi bất yếm, giáo nhân bất nguyện). *(Khổng Tử)*

- Khổng Tử là Tổ sư của đạo Nho, người được mang danh hiệu ‹›Thầy của vạn thế hệ». *(Vạn thế sư biểu)*.

- Tại Cambridge, tiểu bang Masschusetts của Hoa Kỳ, có trường Đại học tư John Harvard lừng danh thế giới, xây từ năm 1636. Tại cổng trường này có mang dòng chữ: ''Vào trường để phát triển trí tuệ. Ra trường để phục vụ tổ quốc và đồng bào''.

- Nên thợ nên thầy vì có học.

No ăn, no mặc, bởi hay làm.

- Sách nho có nói: Học mà không suy nghĩ thì cạn cợt, suy nghĩ mà không học dễ lầm đường lạc lối. Nhà Phật còn đi xa và đi xa hơn nữa. ‹›Người không học như cây thịt thấy, học không tu như đãy đựng đồ, tu không phục vụ chúng sanh như mộng giống hư thối».

- Tu mà không học là tu mù, học mà không tu là đãy đựng sách.

80. HỌC TẬP - RÈN LUYỆN

- Mỗi người đều là một cuốn sách nếu như anh biết đọc. *(Anh)*

- Nấu sử sôi kinh.

- Ăn no rồi mới cần ngon, mặc ấm rồi mới cần đẹp, ở gần rồi mới cần vui, cần chất rồi mới thành văn. Việc thành văn là vậy. *(Mạc Tử)*

- Bạn dùng ví để cất giữ tiền bạc, bạn cũng nên có một vài mảnh giấy để ghi tư tưởng của mình và của người khác. Đó là phương tiện nho nhỏ có thể giúp bạn và người khác đạt được việc lớn. *(Duxuya Men)*

- Ăn vóc học hay *(Tục ngữ)*

- Một rương vàng không bằng nang chữ. *(Nga)*

- Ngu dốt không đáng thẹn bằng thiếu ý chí học hỏi *(B. Franklin)*

- Biết bao kẻ đọc sách và học hỏi, không phải để tìm ra chân lý, mà là để gia tăng những gì mình đã biết. *(Julien Green)*

- Học mà không suy nghĩ thì luôn luôn u tối; suy nghĩ mà không học thì luôn luôn nghi ngờ. *(Ngụ ngôn)*

- Những người khôn là những cuốn tự điển sống tuyệt vời. *(Gotu)*

- Cũng như sách bụi đóng lâu năm, trí nhớ cần được thỉnh thoảng quét bụi. *(Semeca)*

- Dòng nước chảy luôn thì không thối, then cửa đẩy luôn thì không mọt. *(Lê Thị Xuân Thu)*

- Học cũng có ích như trồng cây: Mùa Xuân được hoa, mùa Thu được quả. *(Nhan Thị Gia Huấn)*

- Học khôn đến chết; Học khéo học đến già. *(Thái)*

- Tìm cái sâu sắc chớ sa vào cái viển vông, tìm cái lạ thì đừng thành kỳ cựu. *(Tô Đông Pha)*

- Cần phải học tập thường xuyên, nghĩa là việc học tập không phải chỉ là công việc ở nhà trường. Nhà trường chỉ cho ta chiếc chìa khóa để ta có học thức. Học ở ngoài đời là công việc suốt đời. *(Lunasacky)*

- Ngày nào mà bạn không bổ sung cho vốn hiểu biết của bạn dù chỉ là một mẩu kiến thức nhỏ nhưng mới mẻ đối với bạn, thì bạn hãy coi đó là một ngày mất đi vô ích không thể lấy lại được. *(Xtanlapsky)*

- Đường đời là chiếc thang không hết nấc, việc học là quyển sách không trang cuối cùng. *(Kalanin)*

- Học mà chưa thấy vui, chưa gọi là học. *(Tư Mã Quang)*

- Đối với tôi, học tập vẫn là một vị thuốc thần hiệu chữa bệnh chán đời. Bất cứ một sự buồn chán nào, chỉ cần sau một giờ đọc sách là tiêu tan sạch. *(Mongtecxkie)*

- Không có người văn hóa, chỉ có người tự đào luyện.

- Sự dốt nát là đêm tối của trí tuệ. Một đêm đen không trăng và không sao. *(Ximerong)*

- Cần phải học nhiều để nhận thức được rằng mình biết còn ít. *(M. Mongtenho)*

- Biển học vô bờ

Siêng năng là bến. *(Việt Nam)*

- Trí nhớ như một cây rây thần, nó để lọt bụi qua nhưng giữ lại những hạt vàng. *(Pautop xky)*

- Học tập là hạt giống của kiến thức. Kiến thức là hạt giống của hạnh phúc. *(Gieoocci)*

- Hiểu biết và chỉ có hiểu biết mới làm cho con người tự do và đem lại cho con người sự vĩ đại. *(Pixarep)*

- Học ăn, học nói, học gói, học mở. *(Việt Nam)*

- Bí quyết của sự trẻ mãi là hãy học lấy mỗi ngày một điều gì.

- Sách vở của hôm nay là công việc ngày mai. *(M. Kisevich)*

81. HỐI HẬN

- Hối hận mở đầu cho đức hạnh như bình minh mở đầu cho một ngày mới.

- Cơn tức giận bắt đầu với sự dại dột và kết thúc bằng sự hối hận. *(Beverrly Sills)*

- Chúng ta đều phải chịu đựng một trong hai nỗi đau: Sự đau đớn của kỷ luật hay sự đau đớn của nỗi ân hận. *(Jim Rohn)*

- Sự chấp trước của ngày hôm nay sẽ là niềm hối hận cho ngày mai *(Phật học)*

- Ai cũng có sai lầm, những người ít khinh suất nhất là người mau hối lỗi nhất.

82. SỰ HỢM HỈNH - KIÊU NGẠO - NGU DỐT

- Sự hợm hỉnh, kiêu ngạo và ngu dốt là chị em ruột không bao giờ rời nhau.

- Khoe hạnh phúc giàu sang sẽ chết nhanh.

- Một người kiêu ngạo luôn tiêu diệt mình trong kiêu ngạo. *(Shakespeare)*

- Kẻ tự cho mình là giỏi thì tai không nghe được lời khôn lẽ phải nữa. *(Gia Ngữ)*

83. HÔM NAY

- Bắt đầu từ dấu chấm ngày hôm nay.

- Đừng bao giờ để đến ngày mai những việc bạn có thể làm ngày hôm nay. *(Benjamin Franklin)*

84. HY VỌNG

- Lạc quan là niềm tin dẫn tới thành tựu. Bạn chẳng thể làm được điều gì mà thiếu đi hy vọng và sự tự tin. *(Helen Keller)*

- Hãy quay về hướng mặt trời và bạn sẽ không thấy bóng tối. *(Helen Keller)*

- Khát vọng vươn lên phía trước, đây chính là mục đích cuộc sống.

- Cá không rời được sông nước. Trái tim không thể không mơ ước.

- Tôi thà làm một ngôi sao băng rực rỡ còn hơn làm một hành tinh vĩnh cửu nhưng mờ nhạt và tôi muốn mỗi nguyên tử của tôi bốc cháy trong ánh sáng chói lọi.

- Luôn luôn hy vọng, không bao giờ tuyệt vọng đó là phẩm chất của con người có tâm hồn lớn.

- Các bạn trẻ! Hãy nghĩ đến sự nghiệp lớn lao đang chờ đợi các bạn. Các bạn là người chủ sau này, các bạn xây nền đắp móng cho thế kỷ tới đây, thế kỷ mà chúng ta tin chắc rằng sẽ giải quyết trọn vẹn những vấn đề chân lý và công lý đã đặt ra từ thế kỷ vừa qua.

- Thép đã tôi trong lửa đỏ và nước lạnh. Lúc đó thép trở nên cứng rắn và không hề biết sợ. Trong những thử thách ghê gớm, thế hệ trẻ chúng ta cũng đã được tôi luyện như vậy và đã được rèn luyện, để không bị ngã gục trước cuộc sống.

- Ai cũng có ba tuổi xuân: Tuổi trẻ của thân thể, tuổi xuân của tâm hồn và tuổi xuân của trí tuệ. *(F. Fénelon)*

- Người tự gây dựng, dấn thân thì hy vọng và điều chờ đợi sẽ đến.

85. IM LẶNG

- Im lặng là nỗi thông hiểu niềm vui hùng hồn nhất.

- Im lặng là sự hùng biện cuối cùng của nỗi buồn.

(William Wrinter)

- Tài năng thường được tỏa sáng trong im lặng, kém cõi thường tự lan tỏa bằng âm thanh. *(Khuyết danh)*

- Người không hiểu sự im lặng của bạn, có thể sẽ chẳng hiểu lời của bạn đâu. *(Elbert Hubbard)*

86. ĐỐI XỬ

-Đối xử bản thân bằng lý trí.

Đối xử người khác bằng tấm lòng.

- Hãy tin một nửa những gì bạn thấy tận mắt và đừng tin những gì bạn nghe được. *(D. Crai)*

- Người quân tử ta nên thân, song không nên quá chiều mà phụ hoạ. Kẻ tiểu nhân ta nên tránh, song không nên ruồng rẫy như hận thù. *(Thân Hàm Quang)*

- Lấy sự yên vui để đối đãi người giả cả, lấy chữ tín để đối đãi bạn bè, lấy sự yêu mến để đối đãi con trẻ. *(Khổng Tử)*

87. KHÉO LÉO

- Để làm một cây gậy cong thẳng ra, chúng ta uốn nó ngược chiều lại (đừng phức tạp).

- Lời nói chẳng mất tiền mua. Lựa lời mà nói cho vừa lòng nhau.

Chim khôn kêu tiếng rảnh rang. Người khôn nói tiếng dịu dàng dễ nghe. *(Ca dao tục ngữ)*

88. KHIÊM NHƯỜNG

- Đèn khoe đèn tỏ hơn trăng. Đèn ra trước gió còn chăng hỡi đèn.

- Khó mà tôn trọng người khác, nếu bản thân không tự khiêm nhường. *(Henri Frederic Amiel)*

- Bạn bè có ích không phải chỉ bởi họ sẽ lắng nghe ta, mà còn bởi họ sẽ cười nhạo ta. Qua họ chúng ta học được đôi chút khách quan, đôi chút khiêm tốn, đôi chút nhã nhặn; chúng ta học được những nguyên tắc của cuộc đời và trở thành người chơi tốt hơn trong cuộc sống. *(Will Durant)*

- Tôi càng sống lâu, đọc nhiều, kiên nhẫn hơn và lo lắng tìm hiểu nhiều hơn, tôi dường như càng biết ít đi. Hãy biết vừa phải. Có lòng khoan dung. Sống nhún nhường. Như thế là đủ. *(John Adams)*

- Khi nói với kẻ thông thái nửa vời, hãy nói điều nhảm nhí. Khi nói với kẻ dốt nát, hãy khoe khoang. Khi nói với người khôn ngoan, hãy nhún nhường và xin họ lời khuyên. *(Edward Bulwer Lytton)*

- Lòng tự trọng và sự khiêm nhường là những viên đá nền cho lòng trắc ẩn. *(Theodoer Isaac Rubun)*

- Chấp nhận thất bại với lòng kiêu hãnh, chấp nhận lời phê bình bằng tư thế đỉnh đạc, nhận vinh dự với sự nhún nhường - đó là dấu hiệu của sự trưởng thành và độ lượng. *(William Arthur Ward)*

- Lòng kiêu hãnh thấy sự nhún nhường đáng tôn kính, thường mượn áo choàng của nó. *(Thomas Fuller)*

- Sự vĩ đại không nằm trong tài sản, quyền lực, danh vọng hay tiếng tăm. Nó được phát hiện trong lòng tốt, sự nhún nhường, sự phụng sự và sự tính cách. *(William Arthur Ward)*

- Không gì giả dối hơn tỏ vẻ nhún nhường. Thường thì nó chỉ là cẩu thả trong quan điểm, đôi khi là khoe khoang gián tiếp. *(Jane Austen)*

- Nhún nhường thực sự là sự mãn nguyện. *(Henri Frederic Amiel)*

89. KHIÊM TỐN - GIẢN DỊ - TỐT LÀNH

- Những phẩm chất tâm hồn không thể bị tổn hại vì vẻ ngoài

xấu xí, trong khi vẻ đẹp của tâm hồn soi sáng ra làm cho vẻ ngoài cũng trở nên đẹp.

- Trang bị quý giá của con người là khiêm tốn và giản dị.

- Tốt chưa đủ, còn cần phải tế nhị nữa.

- Càng hiểu biết rộng rãi bao nhiêu thì lại càng phải nhún nhường và khiêm tốn bấy nhiêu.

- Người nào tự giác tuyên bố rằng mình còn kém cỏi, người đó đã rất gần mức hoàn hảo.

- Càng mạnh mẽ càng hiền lành,

- Càng thông minh, càng khiêm tốn.

- Để trang điểm những đóa hồng tươi buổi sớm, chỉ cần một giọt sương là đủ (bố thí kịp thời).

- Người khiêm tốn phải là người thờ ơ với lời khen và là người chăm chú nghe lời chỉ trích.

- Một việc tốt khiến bạn được sung sướng hai lần: Một khi đang làm và một lần khi thấy kết quả.

- Đừng bao giờ níu kéo một ai cả. Đơn giản vì khi người ta muốn ở lại thì có đuổi thế nào cũng không đi. Nếu người ta muốn đi có giữ thế nào người ta cũng không ở lại.

90. KHOE KHOANG

- Một lạng khoe khoang làm tiêu tan cả tấn danh vọng.

- Thùng rỗng kêu to.

- Người biết ít, thường nói nhiều, trong khi người biết nhiều, thường nói ít. *(Jean Jacques Rousseau)*

- Tự khiêm thì người ta càng phục, tự khoe thì người ta càng khinh. *(Kinh Viên Tiểu Ngữ)*

- Phô tài là hại mình vì có kẻ ghen ghét. Phô sắc là hại mình vì có kẻ cưỡng đoạt. Phô của là nguy vì có kẻ cướp. *(Khuyết danh)*

- Lòng can đảm ư, tôi không nghĩ có ai được sinh ra đã có sẵn lòng can đảm. Tôi nghĩ có thể bạn được sinh ra với chút năng khiếu khoe khoang, nhưng đó không phải lòng can đảm. *(Maya Angelou)*

91. KHỎE MẠNH

- Thân thể càng ốm yếu nó càng chỉ huy mình. Thân thể càng khỏe mạnh nó càng vâng lời mình.

- Hãy cẩn thận khi đọc sách về sức khỏe. Bạn có thể bỏ mạng vì một lỗi in ấn. *(Mark Twain)*

Chỉ khi người giàu ốm, họ mới thực hiểu sự bất lực của giàu sang. *(Benjamin Franklin)*

- Người có sức khỏe, có hy vọng; và người có hy vọng, có tất cả mọi thứ. *(Thomas Carlyle)*

- Để có sức khỏe tốt: Hãy ăn nhẹ, thở sâu, sống có chừng mực, nuôi dưỡng niềm vui và gìn giữ những mối quan tâm trong cuộc sống. *(William Londen)*

92. KHÔN SỐNG BỐNG CHẾT

- Đèn nhà ai nấy rạng ‹›khôn sống bống chết».

- Khôn chết, dại chết, biết thì sống. *(Trang Tử)*

- Tất cả sự khôn ngoan của con người được tập hợp lại trong hai từ: chờ đợi và hy vọng. *(Alexandre Dumas)*

- Từ sai lầm của người khác, người khôn ngoan tự sửa chữa sai lầm của chính mình. *(Publilius Syrus)*

93. KHÔNG THANH TỊNH

Một tỳ vết nhỏ có thể làm mất giá trị viên ngọc (đừng để mất lòng tin).

Lão tử nói: ''Các an kỳ phận'': an phận của mình.

Đạo Phật nói: giữ thân, miệng, ý thanh tịnh (tam nghiệp hằng thanh tịnh).

94. KHÔNG XỨNG ĐÁNG

Trâu què đền trâu lành.

95. KIÊN NHẪN

- Lòng kiên nhẫn và thời gian làm được nhiều hơn là sức mạnh hay nhiệt huyết. *(La Fontaine)*

- Sự kiên nhẫn đắng chát, nhưng quả của nó lại ngọt. *(Jean Jacques Rousseau)*

- Kiên nhẫn là nghệ thuật để hy vọng. *(Vanvenarger)*

- Chúng ta không bao giờ có thể học được sự can đảm và kiên nhẫn, nếu chỉ có niềm vui trên thế gian này. *(Helen Keller)*

- Sự kiên nhẫn và bền bỉ có tác động ma thuật khiến trước nó, khó khăn biến mất và trở ngại bốc hơi. *(John Quincy)*

- Kiên nhẫn không phải là thụ động, ngược lại, nó rất chủ động. Đó là sức mạnh tập trung. *(Edward Bulwer Lytton)*

96. KIẾN THỨC

- Trí tưởng tượng quan trọng hơn kiến thức. *(Albert Einstein)*

- Giáo dục là thứ gì còn lại sau khi anh đã quên những gì anh học ở trường. *(Albert Einstein)*

- Trên đời không gì vĩ đại bằng con người, trong con người không gì vĩ đại bằng trí tuệ. (Khuyết danh)

- Bậc thềm tiến vào thánh đường của trí tuệ là biết sự ngu dốt của chính mình. *(Benjamin Franklin)*

- Hoàng kim có giá trị của nó, kiến thức thì vô giá.

- Người khôn học được những điều ở người ngu hơn là người ngu học được ở người khôn.

- Không có vết thương nào sâu hơn do ngòi bút gây nên.

97. KIÊN TRÌ

- Không phải là tôi quá thông minh, chỉ là tôi chịu bỏ nhiều thời gian hơn với rắc rối.

- Không biết đã bao nhiêu lần con người buông tay từ bỏ khi mà chỉ một chút nỗ lực, một chút kiên trì nữa thôi là anh ta sẽ đạt được thành công. *(Elbert Hubbard)*

- Giới hạn cao nhất của lòng kiên nhẫn là: Không nói, không cáu, không giận.

Giận là đem lỗi lầm của người khác trừng phạt bản thân mình

- Mọi thứ tiêu cực - áp lực, thử thách - đều là cơ hội để tôi vươn lên. *(Kobe Bryant)*

- Chúng ta không bao giờ có thể học được sự can đảm và kiên nhẫn nếu chỉ có niềm vui trên thế gian này. *(Helen Keller)*

- Chuyện xấu không xảy ra và đập tan trái tim bạn chỉ để bạn có thể đau khổ và bỏ cuộc. Chúng xảy ra, đập tan bạn và xây dựng bạn có thể trở thành tất cả những gì mình đáng trở thành. *(Samuel Johnson)*

- Chúng ta càng tiến bước trên đường đời, mọi việc lại càng khó khăn hơn, nhưng chính trong khi chống lại gian khổ mà sức mạnh nội tâm của con tim được hình thành. *(Vincent Van Gogh)*

- Sự thường xuyên, kiên nhẫn và bền bỉ bất chấp mọi trở ngại, nản lòng và những điều tưởng chừng bất khả thi: Trong tất cả mọi việc, nó là sự khác biệt giữa tâm hồn mạnh mẽ và tâm hồn yếu đuối. *(Thomas Carlyle)*

- Tôi nghe thấy có nhiều loại rắc rối. Rắc rối đến từ phía trước và rắc rối đến từ phía sau. Nhưng tôi mua một cái gậy to. Tôi đã để sẵn rồi đấy. Giờ thì rắc rối của tôi sẽ gặp rắc rối của tôi!

- Cây sồi cứng cáp nhất trong rừng không phải là cây sồi được che chắn khỏi bão tố và nắng mặt trời. Đó là cây sồi đứng ở nơi rộng rãi, nơi mà nó phải đấu tranh cho sự sinh tồn chống lại gió mưa và mặt trời thiêu đốt. *(Napoleon Hill)*

- Tôi đã luôn tin và vẫn mãi tin rằng dù đến với ta là vận may hay tai ương, ta luôn có thể trao cho nó ý nghĩa, và biến nó thành điều gì đó đáng giá. *(Hermann Hesse)*

- Đừng nói rằng điều này hay điều kia xuất hiện ngăn trở bạn; chúng chỉ xuất hiện để thử thách bạn. *(Muriel Strode)*

- Bạn càng đối mặt và vượt qua nhiều trở ngại, bạn càng vấp váp và quay trở lại trên đường, bạn càng chống chọi và chinh phục nhiều gian khó, tự nhiên bạn sẽ càng trở nên kiên cường hơn. Không có gì có thể ngăn bạn lại, nếu bạn kiên cường. *(Jim Rohn)*

- Hỡi vận mệnh, ngày hôm nay hãy ném cho ta mặt xúc xắc tồi tệ nhất. Ngày hôm nay, ta sẽ biến mọi thứ thành vàng. *(Friedrich Nietzsche)*

- Trời cho ta giàu sang sung sướng, là chiều chuộng để cho ta dễ làm lành; trời bắt ta nghèo khổ lo buồn, là mài giũa để cho ta kiên gan, bền chí. *(Trương Hoành)*

- Đừng để những tiêu cực trong cuộc sống điều khiển bạn. Hãy vượt lên chúng. Hãy dùng chúng như là những viên đá lót đường để đi tới nơi cao hơn cả những gì bạn từng mơ có thể. *(Mary Kay Ash)*

- Ngựa chạy đường dài mới hay sức ngựa.

98. KINH NGHIỆM

- Suy xét đời xưa, chiêm nghiệm đời nay, để tránh nhầm lẫn. Muốn biết việc chưa lại, hãy xét việc đã qua. *(Tố Thư)*

- Hành hương du lịch là sở thích và ước nguyện bất tận. Chúng ta tìm thấy những niềm vui giản dị, những kinh nghiệm cuộc sống trên mỗi bước chân phiêu du khám phá những nơi chốn mới mẻ và học hỏi nơi quy ngưỡng tâm linh.

99. KINH NGHIỆM SỐNG

- Ai hiến dâng cuộc đời cho việc tốt và tận tình chia sẻ kinh nghiệm sống tốt là người sẽ sống lâu hơn tuổi của mình.

- Kỹ năng sống kém quá, nên bị nhiều thất bại.

- Với những người coi sự giúp đỡ của người khác là hiển nhiên thì chỉ nên giúp một lần.

- Cuộc đời đơn giản chỉ là một chuỗi các sự lựa chọn, thứ mà nhất định sẽ đến lúc chúng ta phải nhìn lại. Vậy hãy chọn sao cho sau này khi nhìn lại, bạn không cảm thấy hối hận chứ đừng lựa chọn chỉ vì lúc đó bạn thấy hợp lí.

- Sống có mơ ước nhưng hãy để đôi chân mình bước đi trên hiện thực.

100. LẠT MỀM BUỘC CHẶT

- Lạt mềm buộc chặt.

101. LẦM TƯỞNG

- Thà rằng cứ để đầu óc trên mây và biết mình đang ở đâu... còn hơn hít thở bầu không khí rõ ràng hơn phía dưới và cứ ngỡ mình đang ở thiên đường. *(Henry David Thoreau)*

- Hàm râu không làm nên nhà hiền triết. Mỗi người đều che đậy trong họ một con thú dữ.

102. LẮNG NGHE CHỈ TRÍCH

- Người khiêm tốn không phải là người thờ ơ với lời khen mà là người chăm chú nghe lời chỉ trích.

103. LỄ NGHI - TÔN GIÁO

- Không có lễ nghi thì không thể thành tôn giáo.

104. LO ÂU

- Lo âu ăn thịt trái tim. *(Pytago)*

- Sự mệt mỏi thường không xuất phát từ công việc, mà từ lo lắng, thất vọng và oán trách. *(Dale Carnegie)*

- Thay vì lo lắng người khác nói gì về mình, sao bạn không bỏ thời gian cố đạt được điều khiến họ phải khâm phục. *(Dale Carnegie)*

105. LO XA

- Cẩn tắc vô ưu (không lo xa ắt có sầu gần).

- Khi trời đẹp hãy chuẩn bị cho thời tiết xấu.

- Lúc có tiền nên nghĩ đến ngày không có tiền; chớ để đến ngày không có tiền, mới nhớ lại đến lúc có tiền.

- Người khôn lo việc: không lo việc một ngày, thường lo việc trăm năm (nhìn xa).

106. LỢI ÍCH

- Vị đắng có lợi ích cho dạ dày...

- Cung cấp những phương thức để đi tìm tri thức, đó là lợi ích lớn nhất có thể trao cho loài người. Nó kéo dài cuộc sống và mở rộng phạm vi tồn tại. *(John Quincy Adams)*

107. LỖI LẦM BIẾT SỬA ĐỔI

- Người khiêm tốn không phải là người thờ ơ với lời khen mà là người chăm chú nghe lời chỉ trích.

- Sự hoàn thiện, hoàn mỹ của chúng ta chủ yếu là ở chỗ nhận thấy những điều không hoàn thiện, hoàn mỹ của chúng ta.

- Xin lỗi là điều tốt nhưng biết nhận lỗi là tốt hơn cả. Dù biết nhận lỗi đã muộn màng.

- Sai lầm của người này là bài học đối với người khác.

- Xấu hổ trước mọi người là một tình cảm tốt, nhưng xấu hổ trước bản thân mình lại còn tốt hơn.

- Nhượng bộ không phải là hạ mình, nhận lỗi không phải là nhục.

- Xin lỗi là một việc dễ, biết nhận lỗi là một việc khó, dù đó là những lời nhận lỗi muộn màng.

- Làm người ai không có lỗi, có lỗi mà hay sửa lỗi, đó là điều lành lớn vậy. *(Hòa Thượng Vân Ngô)*

- Xưa nay đều khen người hay sửa lỗi làm lành là bậc hiền, chớ không lấy người không lỗi cho là đẹp. Cho nên, việc làm của con người, từ bậc hạ trí cho đến kẻ hạ ngu không ai tránh khỏi lỗi lầm. Chỉ có kẻ trí mới hay sửa lỗi làm lành, còn kẻ ngu phần nhiều che dấu tội lỗi, tô điểm điều quấy. Phải nên sửa lỗi làm lành thì đức một ngày một sáng, ấy gọi là người quân tử. Còn trang sức lỗi lầm thì ác càng ngày càng tăng, đó là tiểu nhân.

Thế nên, thấy việc nghĩa mà rời bỏ là việc thường tình. Thấy việc lành mà biết vui theo đó là chỗ chuộng của bậc hiền đức vậy.

108. LỜI LẼ

- Khôn chẳng qua lẽ, khỏe chẳng qua lời.

- Lời nói chẳng mất tiền mua, lựa lời mà nói cho vừa lòng nhau

- Nói năng ngắn gọn bao giờ cũng súc tích và có khả năng gây ấn tượng mạnh.

- Lời nói là âm nhạc của thế gian. *(Ih phabro)*

- Hãy nghe nhiều và nói đúng lúc. *(Bie)*

- Không biết cách im lặng thì cũng ít khi nói hay. *(Sa rông)*

109. LỜI NÓI BÉN TỰA DAO

- Lời nói không là dao

Mà cắt lòng đau nhói

Lời nói không là khói

Mà mắt lại cay cay.

- Gió bão không bằng gió miệng. *(Lào)*

- Miệng thế (đời) nhọn hơn chông mác nhọn. *(Nguyễn Trãi)*

- Rời miệng mình lọt tai người. *(Thái)*

- Thà quăng bậy một cục đá còn hơn buông bậy một lời nói. *(Xecty ut)*

- Lời nói ngọt ngào tất trong cay đắng. *(Thân Sinh)*

- Cái khen quá đáng của người bạn còn hại hơn câu chê quá đáng của kẻ thù. *(Lôi Mã Bảo)*

- Chuyện trò chớ châm chọc để người ta nuốt. Nói đùa, chớ cạnh khóe để người ta đau. *(Khổng Tử)*

- Mật ngọt chết ruồi. *(Việt Nam)*

- Hương năng thắp năng khói.

Người năng nói năng lỗi.

(Việt Nam)

- Ăn bớt bắt, nói bớt lời. *(Việt Nam)*

110. LỜI - HỌA - PHÚC

- Ta lỗi với người đó là họa.

Người lỗi với ta là phúc.

(Thiệu Khang Tiết)

- Lời nói mà giản dị, vừa phải, thì ta ít khi hối, mà người ít khi oán. *(Viên Thị Thế Phạm)*

- Suốt đời làm việc phải, một câu bạc ác đủ đổ đi tất cả. *(Khổng Tử)*

111. LÒNG TỐT

- Lòng tốt là thứ ngôn ngữ mà người điếc có thể nghe và người mù có thể thấy. *(Mark Twain)*

- Lòng tốt kiên định có thể làm được nhiều điều. Như mặt trời làm băng tan chảy, lòng tốt khiến sự hiểu nhầm, sự nghi ngờ và thù địch bốc hơi. *(Albert Schweitzer)*

- Con người ưa trả thù vì bị tổn thương hơn là đền đáp cho lòng tử tế.

- Hãy bảo vệ thật kỹ lưỡng kho báu trong bạn, lòng tốt. Hãy biết cách cho mà không do dự, biết cách mất mà không hối tiếc, biết cách đạt được mà không ác ý.

- Bạn sẽ hối tiếc rất nhiều điều trong đời, nhưng bạn sẽ không bao giờ hối tiếc vì đã quá tốt hay quá công bằng.

- Đường mòn nhân ngãi không mòn. *(Việt Nam)*

- Tiền bạc như đất cỏ

Mặt mũi đáng nghìn vàng. *(Tày Nùng)*

- Người nào có tấm lòng vàng thì dù mặc quần áo rách cũng vẫn cao quý. *(G. Phây tác)*

- Chỉ có hai người tốt (một người đã chết và người kia chưa sinh ra).

- Nếu cả đời anh có lương tâm trong sáng, anh không cần tiếng gỏ cửa nửa đêm.

- Người tốt che chở cho ba làng. Một con chó giỏi phòng vệ cho ba nhà.

- Một trái tim nhân ái còn quý hơn tất cả những cái đầu trong thế giới này.

- Mỗi hành động từ thiện là bậc đá dẫn đến thiên đường.

- Vàng qua lửa đỏ thêm rõ lòng vàng.

- Một niềm lành mãnh liệt đã rửa sạch tội trăm năm, ví như cái hang sâu tối ngàn năm, chỉ rọi một ngọn đèn, tối kia liền biến mất.

- Phàm làm việc lành người ngoài biết được là lương thiện, làm việc lành mà người ngoài không biết được là âm đức. Âm đức được phúc báo, lương thiện hưởng danh thơm.

- Muôn điều thiện từ tươi vui mà phát.

- Đứng trong mưa ai chẳng ướt.

- Lội trong nước, ai vẫn khô khan.

112. LÝ TƯỞNG

- Bất kỳ một người nào, một người vĩ đại hay một người bình thường sẽ trở thành nhà thơ nếu nhìn thấy đằng sau những cử chỉ của mình một lý tưởng. *(Ipxen)*

- Khát vọng vươn lên phía trước, đấy chính là mục đích của cuộc sống. *(Gorky)*

- Quá khứ hiện tại là phương tiện chỉ tương lai mới là hạnh phúc của chúng ta. *(Paxcan)*

- Sự nghiệp của con người to lớn hay nhỏ là do có chí khí cao hay thấp. Hạnh phúc thay! Những ai có mang trong lòng một lý tưởng tuyệt mỹ mà người đó hết lòng phục sự. *(L. Paxto)*

- Điều quan trọng không phải là vị trí ta đang đứng mà là hướng ta đang đi. *(L. Tonxto)*

- Đã mang tiếng đứng trong đất trời

Phải có danh gì với núi sông.

(Nguyễn Công trứ)

113. MÀI ĐÁ THÀNH NGỌC

- Ngọc chỉ là ngọc khi đổ công mài dũa, nếu không là ngọc thì chỉ là đá mài mà thôi.

114. MẸ - CHA

a. Mẹ

- Vũ trụ có nhiều kỳ quan, nhưng kỳ quan tuyệt phẩm nhất là trái tim người mẹ. *(Bernard Shaw)*

- Ai còn mẹ, xin đừng làm mẹ khóc

Đừng để buồn, lên mắt mẹ nghe không.

- Mẹ già như chuối chín cây

Gió lay mẹ rụng con thời mồ côi.

- Mẹ nuôi con, bằng trời bằng bể,

Con nuôi mẹ, con kể từng ngày.

- Mẹ nuôi được mười con

Mười con không nuôi được một mẹ.

- Chiều chiều ra đứng ngõ sau

Trông về quê mẹ ruột đau chín chiều.

- Lên non mới biết non cao

Nuôi con mới biết công lao mẹ hiền.

- Ta đi trọn kiếp con người

Cũng không đi hết những lời mẹ ru.

- Không tình yêu nào vĩ đại như tình yêu của mẹ.

- Trong mắt của người mẹ hình ảnh con cái lúc nào cũng là một đứa trẻ đáng yêu trong lòng mẹ.

- Mẹ là người có thể thay thế bất kỳ ai khác, nhưng không ai có thể thay thế được mẹ. *(Gaspard Mermillod)*

- Hãy cố gắng phấn đấu và vươn đến thành công để đáp lại tình cảm nuôi nấng của mẹ.

- Tình thương của người mẹ không bị già nua khi năm tháng trôi qua. *(Tục ngữ Đức)*

- Vâng! Dù đi đâu hay làm gì thì mẹ vẫn là người mà ta phải nương tựa, một bờ vai vững chắc luôn chờ ta trở về...

- Người mẹ thật sự chẳng bao giờ rảnh rỗi. *(Balzac)*

- Tình thương của người mẹ là vô tận.

- Nhan sắc có thể phai tàn theo năm tháng, theo thời gian nhưng tình cảm của người mẹ thì không bao giờ nhạt nhòa, mà ngược lại nó còn rất đậm sâu, với mẹ, con mãi là một đứa trẻ!

- Khi bạn nhìn vào mắt của một người mẹ, bạn sẽ biết được tình yêu tinh khiết nhất mà mình có thể tìm thấy trên trái đất này. (Mitch Albom)

- Tương lai của đứa con luôn là công trình của người mẹ. *(Napoleon)*

- Tình yêu của người mẹ là bình yên. Nó không cần bạn phải đạt được, nó không cần bạn phải xứng đáng. *(Erich Fromm)*

- Mẹ hiền sinh con ngoan, lúa tốt cho gạo ngon. *(Ngạn ngữ Trung Quốc)*

- Người ta không bao giờ nói hết về Thượng đế cũng như nói hết về người mẹ. *(Ngạn ngữ Ấn Độ)*

- Mẹ nuôi con biển hồ lai láng, con nuôi mẹ kể tháng kể ngày. *(Tục ngữ ca dao Việt Nam)*

- Một người mẹ luôn phải nghĩ hai lần, một lần cho bản thân và một lần cho con cái. *(Sophia Loren)*

- Một người mẹ vẫn mãi là người mẹ, luôn luôn quan tâm đến những đứa con. Cho dù những đứa con đó đã lớn lên và có những đứa trẻ riêng của mình.

- Trái tim của người mẹ là vực sâu muôn trượng mà ở dưới đáy, bạn sẽ luôn tìm thấy sự tha thứ. *(Balzac)*

- Làm mẹ là một thái độ sống, không chỉ là một liên hệ về sinh học. *(Robert A Heinlein)*

- Trái tim người mẹ là phòng học của mỗi đứa con.

- Làm mẹ nghĩa là trái tim bạn không còn là của bạn nữa, nó sẽ lang thang bất cứ nơi đâu con bạn tới. *(George Bernard Shaw)*

- Hạnh phúc của người mẹ giống như đèn hiệu, soi sáng tương lai nhưng cũng phản chiếu lên quá khứ trong vỏ ngoài của những ký ức yêu thương. *(Balzac)*

- Người mẹ nắm lấy tay con mình chỉ trong một lúc, nhưng trái tim của con là vĩnh viễn.

- Khi cả thế giới đều quay lưng lại với bạn, bạn sẽ ổn nếu bạn có mẹ đứng sau. *(Jojo Moyes)*

- Tình yêu của mẹ dành cho con không giống bất kỳ điều gì khác trên thế giới. Tình yêu đó không có luật lệ và không có hối tiếc. Tình yêu đó dám đương đầu và làm chảy tan mọi thứ trên đường lan tỏa của nó mà không chùn bước. *(Agatha Christie)*

b. Cha

- Đức hạnh và uy tín của người cha là di sản quý giá nhất của người con. *(Roger Bacon)*

- Không có bài thơ hay câu nói nào ghi tạc được hết công lao, sự hy sinh của mẹ cha dành cho con. Tình yêu mà cha dành cho con là thiêng liêng và cao quý nhất, con luôn thầm cám ơn cha, người đã luôn theo sát, chỉ bảo, che chở cho con mọi quãng đường đã qua.

- Cha là tất cả cha ơi

Ngàn năm con vẫn trọn đời yêu thương.

- Cha không hoàn hảo, nhưng cha vẫn yêu thương con theo cách hoàn hảo nhất.

- Trên trái đất này, không có món quà nào ngọt ngào bằng tình yêu thương của người cha dành cho con mình. *(Cicero)*

- Bạn không cần phải đắn đo phân tích cha chúng ta là người như thế nào, vì lúc nào lòng cha cũng thật vĩ đại. *(Anne Sexton)*

- Những điều bạn học được từ cha mình, nhiều hơn rất nhiều so với những gì mà bạn đã học ở trường. *(Ngạn ngữ Anh)*

Trên đời này có bao nhiêu chiếc lá thì bằng vậy lần người cha yêu con. *(Jack Baxter)*

- Chỉ khi bạn lớn lên và bước ra khỏi cha - hay rời cha đến với gia đình riêng của mình - chỉ tới lúc đó bạn mới hiểu được sự vĩ đại của người cha và thực tâm biết ơn điều đó. *(Margaret Truman)*

- Cha không nói với tôi phải sống như thế nào, cha sống và để tôi chứng kiến điều đó. *(Clarence Budington Kelland)*

- Tôi không nghĩ ra được nhu cầu nào thời thơ ấu lại mạnh mẽ như mong muốn có được sự bảo vệ của người cha. *(Sigmund Freud)*

- Sẽ luôn có một số ít người đủ can đảm để yêu lấy phần hoang dại nhất trong con người tôi. Một trong những người đàn ông đó chính là bố.

- Cha tôi lắm nỗi gian nan

Vì con cơ cực chẳng màng tấm thân.

Cha là núi con hoài xanh cỏ dại

Cha là trời cho mây trắng con bay.

- Cha mẹ có thể tha thứ mọi lỗi lầm của chúng ta và không bao giờ đề cập tới những sai lầm mà ta gây ra dù là một, hai hay nhiều sai lầm.

- Khi cha còn tôi còn tất cả

Cha đi rồi tất cả cũng đi

Cha đi tôi chẳng còn gì

Bơ vơ đến cả đường đi lối về.

- Lòng cha yêu con thâm trầm biết mấy

Nén niềm đau quất trận roi đòn

Hiện tướng dữ dạy răn điều phải quấy

Trao gia tài đạo đức nào hơn.

- Cha tôi đã cho tôi một món quà quý giá nhất trên đời: Luôn luôn tin tưởng ở tôi. *(Jim Valavno)*

- Người cha chính là người thầy đầu tiên của đứa trẻ. *(T.*

Thore)

- Tấm lòng của người cha là một tuyệt tác của tạo hóa. *(Abbe' Pre'vost)*

c. Mẹ Cha

- Đêm đêm con thắp đèn trời
Cầu cho cha mẹ sống đời với con.

- Mẹ cha gánh vác hy sinh
Mẹ cha quên cả thân mình vì con.

- Lễ Vu lan bâng khuâng nhớ cha, ơn dưỡng dục
Mùa báo hiếu ngậm ngùi thương mẹ, đức cù lao.

- Dù cho đi khắp bốn phương trời
Công cha nghĩa mẹ không ai sánh bằng.

- Con dẫu lớn vẫn là con của mẹ
Đi hết cuộc đời mẹ vẫn theo con.

- Đi khắp thế gian, không ai sánh bằng mẹ
Gian khổ cuộc đời, ai nặng gánh hơn cha.

- Nước biển mênh mông, không đong đầy tình mẹ
Mây trời lồng lộng, không phủ kín công cha.

- Tần tảo sớm hôm, mẹ nuôi con khôn lớn
Đưa tấm lưng gầy, cha che chở đời con.

- Tử hiếu song thân lạc
Gia hòa vạn sự thành.

- Công cha nghĩa mẹ ơn thầy
Ngày sau khôn lớn ơn dày biển sâu.

- Công cha như núi Thái Sơn
Nghĩa mẹ như nước trong nguồn chảy ra
Một lòng thờ mẹ kính cha
Cho tròn chữ hiếu mới là đạo con.

- Công cha nghĩa mẹ cao vời,

Nhọc nhằn chẳng quản suốt đời vì ta.

Nên người, con phải xót xa,

Đền đáp nghĩa nặng như là trời cao.

- Biển Đông còn lúc đầy vơi,

Chớ lòng cha mẹ suốt đời tràn dâng.

- Mẹ dạy thì con khéo,

Bố dạy thì con khôn.

- Mồ côi cha, ăn cơm với cá

Mồ côi mẹ, lót lá mà nằm.

- Đêm đêm khấn nguyện Phật trời,

Cầu cho cha mẹ sống đời với con.

115. MƠ HẢO

- Một con chồn ngủ đếm những con gà trong giấc mộng (không thực hành).

- Giấc mơ không có đánh thuế, nên cứ mơ.

116. MỘNG

- Xuân về trong cõi mộng

Hoa nở giữa lừng không.

- Đời như giấc mộng, ngay trong giấc mộng cũng còn mơ.

117. MỤC ĐÍCH

- Mục đích của người viết văn là giữ cho nền văn minh không tự hủy diệt. *(Albert Camus)*

- Sự tồn tại là cuộc mặc cả lạ lùng, đời nợ chúng ta thì ít, mà chúng ta thì nợ đời tất cả. Hạnh phúc thật sự duy nhất đến từ việc cống hiến hết bản thân vì một mục đích nào đó. *(William Cowper)*

- Mục đích của ngày hôm nay có thể biến thất bại của ngày hôm qua thành quyết tâm của ngày mai. *(William Arthur Ward)*

- Những sự nghiệp vĩ đại và đẹp đẽ chỉ có thể phát sinh từ sự điềm đạm. Nó là mảnh đất duy nhất trên đó có thể mọc lên những trái thơm quả ngọt. *(Karmac)*

118. NGHỀ NGHIỆP

- Của chứa ngàn vàng không bằng có một nghề trong tay.

- Muốn no trồng màu, muốn giàu nuôi cá, muốn khá trồng cây.

- Không phải nghề nghiệp làm danh giá con người mà chính là con người làm danh giá cho nghề nghiệp.

- Càng yêu người bao nhiêu càng yêu nghề bấy nhiêu.

119. NGHỊ LỰC - NHIỆT TÌNH

- Khi cuộc đời cho bạn cả trăm lý do để khóc, hãy cho đời thấy bạn có cả ngàn lý do để cười.

- Về cơ bản, có ba loại người: người không thành công, người thành công trong chốc lát, và người thành công bền vững. Sự khác biệt nằm ở nghị lực. *(Brian Tracy)*

- Lòng nhiệt tình là thiên tài của sự chân thành, và sự thật không dành được chiến thắng nào nếu thiếu nó. *(Edward Bulwer Lytton)*

- Giống như sự chất phác và ngay thẳng, và những phẩm chất thường được nói tới khác, sự nhiệt tình rất quyến rũ cho tới khi ta trực tiếp đối diện với nó, và không thể trốn thoát khỏi sự quyến rũ ấy. *(Agnes Repplier)*

- Chỉ có mục đích cao cả mới tạo nên một nghị lực vĩ đại.

- Chí khí là sức mạnh tinh thần của con người. *(Lo coocdeo)*

- Núi cao chót vót cũng bắt đầu từ sọt đất. *(Hải Thượng Lãn Ông)*

- Có cứng mới đứng đầu gió. *(Việt Nam)*

- Lúc tâm hồn tràn đầy ánh sáng của một ý chí lớn, một tình cảm lớn, và những cái này chi phối cả đời sống của mình, mọi ý nghĩ và việc làm của mình, thì tự nhiên chúng ta sẽ rời bỏ cái không xứng đáng, những cái nhỏ nhen và chúng ta sẽ cảm thấy vui vẻ phấn chấn lạ thường.

- Nhiệt huyết là mẹ của lỗ lực, và không có nó, ta không thể đạt được điều gì to lớn. *(Ralph Waldo Emerrson)*

- Hãy hành động nhiệt tình và bạn sẽ nhiệt tình. *(Dale Carnegie)*

- Càng hào phóng, chúng ta càng vui vẻ. Càng hợp tác, chúng ta càng có giá trị. Càng nhiệt tình, chúng ta càng có năng suất. Càng sẵn lòng phụng sự, chúng ta càng thịnh vượng. *(William Arthur Ward)*

- Sự nhiệt tình quan trọng hơn mọi tiện ích khác. Nó sẽ tìm được giải pháp khi dường như giải pháp không hề có, và nó sẽ đạt được thành công ở nơi mà người ta nghĩ không thể thành công.

- Với một đội ngũ nhiệt tình, bạn có thể đạt được hầu như mọi thứ. *(Tahir Shah)*

- Một ý tưởng tầm thường nếu khi khởi dậy được sự nhiệt tình, sẽ tiến xa hơn ý tưởng lớn mà chẳng truyền cảm được cho ai. *(Mary Kay Ash)*

- Nghị lực và bền bỉ có thể chinh phục mọi thứ. *(Benjamni Franklin)*

- Chúng ta càng tiến bước trên đường đời, mọi việc lại càng khó khăn hơn, nhưng chính trong khi chống lại gian khổ mà sức mạnh nội tâm của con tim được hình thành. *(Vincent Van Gogh)*

- Sự thường xuyên, kiên nhẫn và bền bỉ bất chấp mọi trở ngại, nản lòng và những điều tưởng chừng bất khả thi: Trong tất cả mọi việc, nó là sự khác biệt giữa tâm hồn mạnh mẽ và tâm hồn yếu đuối. *(Thomas Carlyle)*

- Cuộc sống phủ đầy gai, và tôi biết phương thuốc nào hơn ngoài việc, đi thật nhanh qua chúng. Ta càng quanh quẩn trong sự bất hạnh của chính mình càng lâu thì sức mạnh hãm hại của nó càng lớn. *(Voltaire)*

- Khi tai ách xảy ra, hoặc bạn để nó đánh bại mình, hoặc bạn đánh bại nó. *(Jean Jacques)*

- Tuổi trẻ là tuổi của tương lai. Muốn có tương lai tốt đẹp thì phải chiếm lấy bằng ý chí và nghị lực của chính bản thân.

- Thời gian đang hết dần. Nhưng mỗi ngày, tôi thách thức căn bệnh ung thư này, và sống sót với tôi là chiến thắng. *(Ingrid Bergman)*

- Có nghị lực là bản thân đủ lớn để đương đầu với cuộc đời. *(Mary Caroline Richards)*

120. NGHĨA

- Của tuy tơ tóc - Nghĩa so ngàn trùng

- Một ngày cũng lẽ, một chút cũng nghĩa kim bằng.

121. NGHỊCH CẢNH

- Thành công và hạnh phúc nằm trong bạn. Quyết tâm hạnh phúc và niềm vui sẽ đi cùng bạn để hình thành đạo quân bất khả chiến bại, chống lại nghịch cảnh. *(Helen Keller)*

- Thử thách của tình bạn là sự trợ giúp lẫn nhau trong nghịch cảnh, và hơn thế, trợ giúp vô điều kiện. *(Mahatma Gandhi)*

- Người khôn ngoan là người học được những sự thật này: Rắc rối là tạm thời. Thời gian là thuốc bổ.

Khổ đau là ống nghiệm. *(Mahatma Gandhi)*

- Khi chúng ta mong ước cuộc đời không nghịch cảnh, hãy nhớ rằng cây sồi trở nên mạnh mẽ trong ngược gió, và kim cương hình thành dưới áp lực. *(Peter Marshall)*

- Đấu tranh với nghịch cảnh, và chinh phục chúng, là hạnh

phúc lớn nhất của con người. *(Samuel Johnson)*

- Hãy sống giữa đời, đừng cô lập chính mình. Hãy sống giữa con người và sự việc, giữa những rắc rối, gian khó và trở ngại. *(Henry Drummond)*

- Nghịch cảnh tiết lộ bản chất một người.

- Người leo núi giàu kinh nghiệm không sợ hãi trước ngọn núi - nó truyền cảm hứng cho bạn. Người thắng cuộc bền bỉ không nản lòng trước rắc rối - nó thách thức bạn, những ngọn núi được tạo ra để bị chinh phục; nghịch cảnh được thiết kế để bị đánh bại; rắc rối xuất hiện để được giải quyết. Chinh phục một ngọn núi vẫn tốt hơn chinh phục hàng ngàn quả đồi thấp. *(William Arthur Ward)*

- Cuộc sống luôn là sự dao động trong tình thế tiến thóa lưỡng nan. *(Henry Louis Mencken)*

- Tai ương là bụi kim cương mà Thiên đường dùng để đánh bóng châu báu. *(Thomas Carlyle)*

- Cũng như thung lũng cho ngọn núi chiều cao, khổ đau cho hạnh phúc ý nghĩa; cũng như mạch nước là nguồn của suối, nghịch cảnh sâu sắc có thể là châu báu. *(William Arthur Ward)*

- Khi con sóng cuộc đời ập đến

Và dòng chảy làm thuyền bạn lật

Đừng tốn nước mắt cho điều đã đi qua

Cứ nằm ngửa trên mặt nước và thả mình trôi.

- Nghịch cảnh thử thách sự chân tình của bạn bè. *(Aesop)*

- Học hỏi là vật trang hoàng trong cảnh giàu sang, là nơi trú ẩn trong nghịch cảnh, và là dự trữ lúc tuổi già. *(Aristotle)*

- Người trở nên mạnh mẽ nhờ vượt qua trở ngại sở hữu thứ sức mạnh duy nhất có thể vượt qua nghịch cảnh. *(Albert Schweitzer)*

- Đôi khi trong thử thách và nghịch cảnh, ta mới có thể thực sự tìm thấy sự an toàn.

Nghịch cảnh không chỉ kéo con người lại gần nhau mà còn làm nảy sinh thứ tình bạn nội tâm đẹp đẽ. *(Soren Kierkegaard)*

- Trong mỗi chúng ta đều có cánh chim đại bàng đầu đàn muốn tung cánh bay cao, bất chấp gió bão của nghịch cảnh và thử thách chất chồng. Trên thực tế, gió bão làm đôi cánh đại bàng càng mạnh mẽ và giúp nó bay cao. Ta phải để con chim đại bàng đầy khí thế vút lên; và ta có thể tin tưởng rằng nó sẽ trở thành cánh chim chinh phục. *(Deodatta V. Shenai- Khatkhate)*

- Khi đau khổ tới, chúng ta không có quyền hỏi, ''Tại sao chuyện này lại xảy ra với tôi'', trừ khi chúng ta cũng hỏi câu hỏi đó cho mọi giây phút hạnh phúc đến với chúng ta.

- Trong những thời khắc tăm tối nhất, tâm hồn sẽ được vun đắp và cho ta sức mạnh để bền bỉ bước tiếp. *(Heart Warrior Chosa)*

- Khi đường đời gập ghềnh, nhờ giữ tinh thần luôn bằng phẳng.

- Một khúc quanh trên đường không phải là kết thúc con đường... Trừ khi bạn không chịu rẽ.

- Nghịch cảnh và khó khăn giống như tấm nệm, khi ở trên chúng, bạn cảm thấy khoan khoái và êm ái - còn khi ở dưới, bạn sẽ bị chúng làm cho ngộp thở.

- Cây sồi cứng cáp nhất trong rừng không phải là cây sồi được che chắn khỏi bão tố và nắng mặt trời. Đó là cây sồi đứng ở nơi rộng rãi, nơi mà nó phải đấu tranh cho sự sinh tồn chống lại gió mưa và mặt trời thiêu đốt. *(Napoleon Hill)*

- Bạn hãy luôn cảm ơn những ai đem đến nghịch cảnh cho mình. *(Phật học Trung Hoa)*

- Nhiều người sống hạnh phúc dù phải đấu tranh với nghịch cảnh, và còn nhiều người hơn sống khốn khổ giữa cảnh giàu sang. *(Tacitus)*

- Chính trong những khoảnh khắc đen tối nhất, ta phải tập trung để thấy được ánh sáng. *(Aristotle)*

- Cuộc đời rất thú vị. Ở điểm kết thúc, một vài nỗi đau lớn

nhất của bạn trở thành nguồn sức mạnh lớn nhất của bạn. *(Drew Barymore)*

- Nghịch cảnh kéo con người lại với nhau và tạo ra cái đẹp và sự hài hòa trong các mối quan hệ cuộc đời, cũng như giá lạnh mùa đông tạo ra hoa băng trên những ô của kính, để rồi tan đi trong hơi ấm. *(Seren Kierkegaard)*

- Tôi đã luôn tin, và vẫn mãi tin rằng dù đến với ta là vận may hay tai ương, ta luôn có thể trao cho nó ý nghĩa, và biến nó thành điều gì đó đáng giá. *(Hermann Hesse)*

- Đừng nói rằng điều này hay điều kia xuất hiện ngăn trở bạn; chúng chỉ xuất hiện để thử thách bạn. *(Muriel Strode)*

- Nghịch cảnh có thể mài sắc bạn, nếu bạn có đủ lý trí để vượt qua nó. *(Ray Kroc)*

- Bất cứ thứ gì làm bạn phiền não, bất cứ thứ gì làm bạn khó chịu. Nó là thầy của bạn. *(Ajahn Chah)*

- Mọi nghịch cảnh, mọi thất bại, mọi đau đớn mang trong nó hạt giống của một lợi ích bằng nó hoặc lớn hơn. *(Napoleon Hill)*

- Đường ra tốt nhất luôn là đường đi xuyên. *(Robert Frost)*

- Bạn sẽ không bao giờ đạt được bất cứ thứ gì mà không phải trải qua rắc rối. *(Margaret Thatcher)*

- Đôi khi nghịch cảnh là điều bạn cần đối mặt để có thể trở nên thành công. *(Zig Ziglar)*

- Càng đối mặt và vượt qua nhiều trở ngại, bạn càng vấp váp và quay trở lại trên đường. Càng chống chọi và chinh phục nhiều gian khó, tự nhiên bạn sẽ càng trở nên kiên cường hơn. Không có gì có thể ngăn lại, nếu bạn kiên cường. *(Jim Rohn)*

- Nghịch cảnh sẽ luôn xuất hiện, vậy nên hãy đi qua gian khó và học đường từ chúng. *(Jim Rohn)*

122. NGỌC CHỈ LÀ NGỌC

Ngọc chỉ là ngọc khi đổ công mài dủa, nếu không là ngọc thì

chỉ là đá mà thôi.

123. NGỜ - TIN

- Còn tin thì đừng ngờ, còn ngờ thì đừng tin.

- Tôi không buồn khổ vì bạn lừa dối tôi, tôi buồn khổ vì từ nay tôi không còn có thể tin bạn được nữa. *(Friedrich Nietzsche)*

- Tha thứ cho một người thì khá đơn giản, nhưng để tiếp tục tin tưởng lại là điều không hề dễ dàng. *(Khuyết danh)*

- Sự trung thực là viên đá nền của mọi thành công, không có nó, sự tin cậy và khả năng hành động sẽ không tồn tại. *(Mary Kay Ash)*

- Nghi ngờ không phải một trạng thái dễ chịu, nhưng tin chắc thì thật ngu xuẩn. *(Voltaire)*

- Ngờ vực là bạn đồng hành của những tâm hồn bần tiện, và là tai ương của tất cả xã hội tốt đẹp. *(Thomas Paine)*

- Nghi ngờ là chuyện tự nhiên. Mọi người bắt đầu với sự nghi ngờ. Bạn sẽ học được ở hoài nghi nhiều điều lợi ích. Điều quan trọng là đừng đồng hoá mình với sự hoài nghi, nghĩa là đừng chụp lấy nó, bám víu vào nó.

Dính mắc vào hoài nghi sẽ khiến bạn rơi vào vòng lẩn quẩn. Thay vào đó, hãy theo dõi toàn thể tiến trình của hoài nghi, của băn khoăn. Hãy nhìn xem ai đang hoài nghi. Hoài nghi đến và đi như thế nào. Làm thế bạn sẽ không còn là nạn nhân của sự nghi ngờ nữa. Bạn sẽ vượt ra khỏi sự nghi ngờ và tâm bạn sẽ yên tĩnh. Lúc bấy giờ bạn sẽ thấy mọi chuyện đến và đi một cách rõ ràng.

Tóm lại, hãy để cho mọi sự bám víu, mọi dính mắc của bạn trôi đi; chú tâm quan sát sự nghi ngờ. Đó là cách hiệu quả nhất để chấm dứt hoài nghi. Chỉ cần đơn thuần chú tâm quan sát hoài nghi, hoài nghi sẽ biến mất. *(Thiền sư Ajahn Chah)*

124. NGU DỐT

- Hắn như con gà trống tưởng mặt trời mọc lên là để nghe

nó gáy.

- Những người khờ cắn xé lẫn nhau.

- Ngu mà xưng là trí, chính đó mới thật là ngu.

- Tri thức làm ta khiêm tốn, ngu si làm ta kiêu ngạo. *(Ngạn ngữ Anh)*

- Sự khác biệt giữa thiên tài và kẻ ngu dốt là ở chỗ thiên tài luôn có giới hạn. *(Albert Einstein)*

- Kẻ ngu dốt cho là mình thông thái, nhưng người thông thái thì biết mình là ngu dốt.

125. NGU - KHÔN

- Từ sai lầm của người khác, người khôn ngoan tự sửa chữa sai lầm của chính mình. *(Publilius Syrus)*

- Thật không khôn ngoan khi chắc chắn về sự khôn ngoan của chính mình. Sẽ tốt cho bản thân nếu nhớ rằng người mạnh nhất có thể suy yếu và người khôn ngoan nhất có thể phạm sai lầm. *(Mahatma Gandhi)*

- Trí thức thì tự hào vì mình biết nhiều trong khi trí tuệ thì nhún nhường rằng mình chỉ biết đến thế. *(William Cowpe)*

- Trí thông minh làm cho ta thấy mình khôn ngoan hơn chứ không phải thấy người khác ngu dốt hơn. *(W. Goethe)*

126. NGƯỜI TÀI XỨNG ĐÁNG

- Thật dễ dàng để kết một cái vương miện nhưng tìm cái đầu để đội nó thì quả là khó. *(Goto)*

- Trừ độc trừ tham trừ bạo ngược, có nhân có trí có anh hùng. *(Nguyễn Trãi)*

- Có một thứ hiếm hoi hơn, tinh tế hơn, khác thường hơn đó là thừa nhận tài năng của người khác. *(Khapbac)*

- Trên đời chỉ có một thứ mà ta cúi đầu thán phục: đó là thiên tài và chỉ có một thứ mà ta phải quỳ gối tôn trọng đó là lòng tốt. *(V- Hugo)*

127. NHÂN CÁCH

- Dễ phát cáu là nhược điểm rõ ràng nhất trong phẩm cách. *(Dante)*

- Một người bị gọi là tự tư tự lợi không phải là vì anh ta tìm kiếm lợi ích cho mình, mà là anh ta thường hay quên mất lợi ích của người khác. *(Dickens)*

- Mọi thánh nhân đều có một quá khứ, và mọi tội nhân đều có một tương lai.

- Mọi thứ đều có mặt đẹp, nhưng không phải ai cũng được thấy. *(Confucius)*

- Đạo đức sinh trưởng dưới ánh nắng của lòng tốt.

- Tất cả tính nhân văn là sự đam mê; không có đam mê, tôn giáo, lịch sử, tiểu thuyết, nghệ thuật đều là vô ích. *(Balzac)*

- Tiền tài tựa phấn thổ; Nhân nghĩa tựa thiên kim. (Tiền bạc như tro bụi, nhân nghĩa đáng nghìn vàng.)

- Làm tướng phải lấy nhân nghĩa là gốc, trí dũng làm của. *(Nguyễn Trãi)*

- Tiểu nhân trọng lợi nên thường chết vì lợi, quân tử trọng nghĩa nên thường nổi danh vì nghĩa.

- Làm quan nghĩ tới lúc về già, làm người nghĩ tới ngày chết, nên lưu lại chút gì tốt đẹp cho nhân gian. *(Hùng Hoàng Bị)*

- Trái tim vốn là một tạo vật mong manh và thiếu kiên định. Vì vậy, hãy tin vào điều thiện, lòng tốt, vào nhân cách và năng lực... Nhưng đừng tin vào sự bất biến của nhận thức và tình cảm nơi con người. Hãy tin là mình được yêu thương trong khoảng khắc này, nhưng đừng chắc rằng mình sẽ được yêu mãi mãi. Nếu chịu chừa chỗ cho sự đổi thay, ta sẽ tránh được không ít tổn thương sâu sắc. *(Phạm Lữ Ân)*

- Đủ phẩm hạnh có nghĩa là biết phẩm hạnh của mình không đủ. *(Francis Quarles)*

- Người ta giữ được sáu chữ ''Thiên lý, Quốc pháp, Nhân tình" thì suốt đời không có tội lỗi.

(1) Thiên lý: Lẽ phải tự nhiên ai cũng nên theo.

(2) Quốc pháp: Phép nước, đều nên theo, đều nên tránh.

(3) Nhân tình: Tính người hay dở. *(Bảo Huấn)*

- Nhân cách giàu hơn sự giàu có. *(Amos Lawrence)*

- Nếu không ai đó nói những điều không tốt về bạn, hãy sống sao để không một ai tin vào điều đó.

- Càng thủa già, càng cốt cách

Một phen giá, một tinh thần.

(Nguyễn Trãi)

128. NHẪN CHỊU

- Có những điều chúng ta không nhẫn nhịn được thì nó sẽ làm cho chúng ta đau khổ. Nhưng nếu ta nhẫn chịu được thì chính nó lại là nguồn hỷ lạc cho ta.

- Giới hạn cao nhất của lòng kiên nhẫn là: không nói, không cáu, không giận.

- Muốn phát tiết thật dễ dàng, muốn nhẫn nại lại rất khó khăn.

- Nhẫn một chút sóng yên gió lặng

Lùi một bước biển rộng trời cao.

- Thường khi giây phút không nhẫn, mà sinh ra tai vạ rất to.

- Có khi nhẫn để bình an

Có khi nhẫn để thênh thang cõi lòng.

- Nhịn điều sỉ nhục tấm thân yên

Nhịn được hơn thua tránh lụy phiền

Nhịn kẻ thiếu căn lòng đại lộ

Nhịn mầm dục vọng đắc thần tiên.

- Cư xử trong nhà không gì hay bằng ‹›nghĩa" không gì quý bằng ‹›nhẫn".

(1) Nghĩa: Điều phải, ở thẳng để chữa những sự chênh lệnh cho được phân minh.

(2) Nhẫn: Nhường, nhịn, dung thứ cho được êm thấm. *(Tiết Tư Am)*

- Một chút giận hai chút tham

Lận đận cả đời ri cũng khổ

Trăm điều lành, ngàn điều nhịn

Thong dong tất dạ rứa mà vui.

(Hòa Thượng Thích Thiện Siêu)

- Xưa nay những bậc anh hùng, chỉ vì không chịu thiệt, mà hại bao nhiêu công việc lớn. *(Lâm Thoái Trai)*

- Chữ nhẫn là chữ tượng vàng

Ai mà nhẫn được thì càng sống lâu.

Muốn cho trên dưới hòa thân

Nết quý là nhẫn muôn phần nhớ ghi.

Vua tôi mà nhịn chút đi

Thế nước vững trọn làm gì chuyển lay

Cha con nhẫn được càng hay

Tự toàn gia đạo sau này ấm êm.

Vợ chồng càng phải nhẫn thêm

Thì bày con trẻ khỏi điềm bơ vơ

Anh em nhẫn thì được nhờ

Gia trung khởi sự thờ ơ nhạt nhòa.

Nhịn bằng hữu sống hài hòa
Thì tình chẳng nhạt nghĩa xa hóa gần.
Mỗi mỗi sự nhẫn tự thân
Người người yêu kính nhân nhân theo về.
(Minh Đạo Gia Huấn)

- Hãy hiểu cho rành chữ dại, khôn
Thế nào là dại, thế nào là khôn
Khôn trong lấn lướt là khôn dại
Dại biết nhịn nhường, ấy là dại khôn.
- Có khi nhẫn để vị tha
Có khi nhẫn để thêm ta bớt thù.
Có khi nhẫn tỉnh giả ngu
Hơn hơn thiệt thiệt đường tu ai tường.

129. NHÂN LOẠI

- Nếu chúng ta không cống hiến mình để phụng sự nhân loại thì chúng ta nên phụng sự ai? *(John Adams)*

- Tâm tính mỗi người nảy nở như hoa thơm cỏ dại. Nhà giáo dục phải đồng thời vun bón và nhổ cỏ cho sạch.

- Điều đã trở nên rõ rệt tới ngạc nhiên rằng công nghệ đã vượt xa nhân loại. *(Albert Einstein)*

- Không được mất niềm tin vào nhân loại. Nhân loại là đại dương; một vài giọt nước trong đại dương nhuốm bẩn không khiến đại dương thành bẩn. *(Mahatma Gandhi)*

- Không có ngôn từ, không có viết lách và không có sách, sẽ không có lịch sử, không có khái niệm về nhân loại. *(Hermann*

Hesse)

- Đa dục là nguồn gốc của tất cả mọi hành động, và nhân loại. *(Blaise Pascal)*

130. NHÂN QUẢ

- Nếu muốn hưởng quả, bạn chớ ngắt hoa.

- Tương lai được mua bằng hiện tại. *(Samuel Johnson)*

- Người ngồi trong bóng râm ngày hôm nay là nhờ đã trồng cây từ lâu về trước. *(Les Brown)*

- Cuộc sống là tiếng vọng.

Điều bạn gửi đi, quay trở về.

Điều bạn gieo trồng, bạn sẽ gặt hái.

Điều bạn cho, bạn sẽ nhận lại.

Điều bạn thấy ở người khác,

sẽ tồn tại trong chính bạn.

- Những người nông cạn tin vào may mắn. Những người mạnh mẽ tin vào nhân quả. *(Ralph Waldo Emerson)*

- Hành động làm nên ta, hoặc làm hỏng ta, chúng ta là kết quả hành vi của bản thân. *(Victor Hugo)*

- Một người chỉ có lý do để hối tiếc khi anh ta gieo hạt và không ai gặt. *(Charso Goodyear)*

- Nguyên nhân và hệ quả là hai mặt của một vấn đề. *(Ralph Waldo Emerson)*

- Cha làm điều chẳng lành, con không chịu thế được, con làm điều chẳng lành, cha không chịu thế được. Làm lành tự được phước đức, làm dữ tự mang họa. *(Đạo Phật)*

- Mọi hành động của chúng ta đều có khả năng gây ra đau khổ, và mọi điều chúng ta làm đều có hậu quả với tiếng vang vượt xa những gì ta có thể tưởng tượng ra. Điều này không có nghĩa là chúng ta không nên hành động. Nó có nghĩa là chúng ta nên hành động cẩn thận. Mọi chuyện đều có ý nghĩa. *(Sylvia Boorsein)*

- Chúng ta nên nghiêm túc suy nghĩ trước khi đóng sập cửa, trước khi đốt cầu, trước khi cưa gãy cành cây mà ta đang ngồi ở trên. *(Richard L Evans)*

- Việc lành làm hôm trước, sinh phước lạc hôm sau. *(Ngạn ngữ Ấn Độ)*

- Độ lượng to lớn bao nhiêu thì phúc trạch to bấy nhiêu. Có mưu sâu độc bao nhiêu thì tai vạ cũng sâu độc bấy nhiêu.

- Hành thiện gặp quả thiện

Hành ác gặt quả ác

Đã gieo hạt giống nào

Người phải gặt quả nấy.

(Tương Ưng Bộ Kinh)

- Cứ làm việc tốt phần mình, trời sẽ cho thứ khác.

- Trời làm nên tai họa còn có thể tránh được, tự mình làm nên tai họa, thì không thể tránh được.

- Kẻ ác người sợ, trời không sợ, người hiền người khinh, trời chẳng khinh. *(Tăng Quảng Hiền Văn)*

- Nhân quả không nợ chúng ta thứ gì, cho nên xin đừng oán giận. *(Phật học Trung Hoa)*

- Con người thường tìm kiếm cách nhanh nhất và dễ nhất để đạt được những điều mình muốn, ngay lập tức mà không cân nhắc hay cân nhắc rất ít tới hậu quả của những hành vi đó trong dài hạn. *(Brian Tracy)*

- Ta không chỉ sống vì mình. Hàng ngàn sợi chỉ kết nối ta với đồng loại; và giữa những sợi chỉ ấy, những sợi tình cảm, hành động của ta trở thành nguyên nhân, và chúng quay lại với ta là hệ quả. *(Herman Melville)*

131. NHANH - VỘI

- Nhanh thì cần thiết nhưng vội thì có hại.

- Hãy dành thời gian cho mọi thứ, quá vội vàng sẽ hỏng việc. (Take time for all things: great haste makes great waste - *Benjamin Franklin*)

- Kẻ thù xưa và bạn bè mới, nếu khôn ngoan chớ vội vàng tin. *(Ngạn ngữ Anh)*

132. NGÔN NGỮ

- Vẻ đẹp của ngôn ngữ là kính cẩn mà ôn hòa. *(Lễ Ký)*

- Nụ cười là ngôn ngữ của yêu thương. *(David Hare)*

(Smiles are the language of love - *David Hare*)

- Tâm thật quý nhất là sáng suốt, trung hậu; tướng mạo quý nhất là chính đại; ngôn ngữ quý nhất là giản dị, và chân thật. *(Khuyết danh)*

- Nếu tư duy làm ngôn ngữ đồi bại, thì ngôn ngữ cũng có thể làm đồi bại tư duy. (But if thought corrupts language, language can also corrupt thought - *George Orwell*)

133. NHU NHUYỄN THÀNH CÔNG

- Mềm thắng cứng, yếu thắng mạnh, nên lưỡi mềm thường còn, mà răng cứng lại hay gãy. *(Lão Tử)*

- Nhu thường thắng cương. *(Ngạn ngữ Nhật Bản)*

134. NHƯỢNG BỘ

- Nhượng bộ không phải là hạ mình, nhận lỗi không phải là nhục.

- Đôi khi phải nhượng bộ mà thừa nhận rằng củ cải là củ lê. *(Ngạn ngữ Đức)*

135. NIỀM TIN

- Lạc quan là niềm tin dẫn đến thành tựu. Bạn chẳng thể làm được điều gì mà thiếu hy vọng và sự tự tin. *(Helen Keller)*

- Đôi khi cuộc đời sẽ ném gạch vào đầu bạn. Đừng đánh mất niềm tin. *(Steve Jobs)*

- Tất cả chúng ta đều có cuộc đời riêng để theo đuổi, giấc mơ riêng để dệt nên, và tất cả chúng ta đều có sức mạnh để biến ước mơ trở thành hiện thực, miễn là chúng ta giữ vững niềm tin. *(Louis May Slcott)*

- Vượt lên phía trước là một công việc đòi hỏi lòng tin tưởng khao khát vào bản thân. Đó là vì sao vài người với tài năng tầm thường nhưng có chí tiến thủ lớn lao lại đi xa hơn những người có tài năng vượt trội hơn hẳn. *(Sophia Loren)*

- Lạc quan là hạt giống trên mảnh đất của niềm tin; bi quan là hạt giống cất giữ dưới căn hầm ngờ vực. *(William Arthur Ward)*

- Bạn không thể kết nối các điểm trong đời bạn khi nhìn về phía trước; bạn chỉ có thể kết nối chúng khi nhìn lại phía sau. Vì vậy, bạn phải tin tưởng rằng các điểm đó rồi sẽ kết nối trong tương lai. Bạn phải tin vào cái gì đó - lòng can đảm, vận mệnh, cuộc đời, nghiệp chướng, bất cứ điều gì. Cách tiếp cận này chưa bao giờ khiến tôi thất vọng, nó đã tạo nên tất cả sự khác biệt trong cuộc đời tôi. *(Steve Jobs)*

- Hãy tin rằng đời đáng sống và niềm tin của bạn sẽ giúp thiết lập sự thực đó. *(William James)*.

- Thế giới tưởng chừng như thật điên rồ mà chúng ta đang chứng kiến là kết quả của một hệ niềm tin không hoạt động. Để nhìn thế giới khác đi, chúng ta phải sẵn lòng thay đổi hệ niềm tin của mình, để quá khứ trôi qua, mở rộng nhận thức về hiện tại và làm tan chảy nỗi sợ hãi trong tâm tưởng. *(William James)*

- Để làm được những điều lớn lao, chúng ta không những phải hành động mà còn phải mơ mộng, không những phải lên kế hoạch mà còn phải có niềm tin. *(Anatole France)*

- Để làm được những điều to tát, đầu tiên bạn phải tin vào

nó. *(Arsene Wenger)*

Niềm tin cần thiết cho con người. Thật thống khổ cho ai không tin tưởng. *(Victor Hugo)*

- Niềm tin là sức mạnh có thể khiến thế giới tan vỡ xuất hiện trong ánh sáng. *(Helen Keller)*

- Hãy sống theo niềm tin của mình và bạn có thể xoay chuyển cả thế giới. *(Henry David Thoreau)*

- Niềm tin... phải được gia cố bằng lý lẽ... khi niềm tin mù, nó sẽ chết đi. *(Mahatma Gandhi)*

- Đừng đặt tất cả niềm tin vào một ai đó. Hãy giữ lại một chút cho riêng mình. Để ngay cả khi mất niềm tin vào người mình yêu thương nhất, ta vẫn còn bản thân mình để tin.

- Luôn luôn, ở bất cứ đâu, và đối với bất cứ ai, thật sai lầm khi tin vào bất cứ thứ gì khi không đủ bằng chứng. *(William James)*

- Hãy theo đuổi con đường mà bạn có thể đi với niềm tin và lòng tôn kính, dù nó có hẹp và quanh co đến mức nào. *(Henry David Thoreau)*

- Tin tưởng là biết ngoài kia là đại dương bởi mình nhìn thấy suối. *(William Arthur Ward)*

- Xã hội tồn tại nhờ niềm tin, và phát triển nhờ khoa học. *(Henri Fredric Amiel)*

- Một lượng nhỏ nhưng tinh thần quyết tâm, được nung nấu bởi niềm tin son sắt vào sứ mệnh của mình, có thể thay đổi dòng lịch sử. *(Mahatma Gandhi)*

- Hạt giống niềm tin nhỏ bé nhất cũng tốt hơn nhiều trái hạnh phúc to lớn nhất. *(Henry David Thoreau)*

- Ai cũng phải tự mình làm lấy hai điều: Niềm tin của chính mình và cái chết của chính mình. *(Martin Luther)*

- Người có lòng tin thì mạnh mẽ, người lắm nghi ngờ thì yếu ớt. Niềm tin mãnh liệt vượt lên trên những hành động to tát. *(Louisa May Alcott)*

- Đôi khi bạn phải tin vào niềm tin của người khác cho tới khi tìm được niềm tin của riêng mình. *(Les Brown)*

- Niềm tin sẽ chiến thắng nỗi sợ hãi, thất bại không có nghĩa là thua cuộc, và thời gian sẽ chữa lành mọi nỗi đau.

- Con người cần ít đổ rắc rối của mình trên môi trường xung quanh, và học cách thể hiện ý chí - trách nhiệm cá nhân trong lĩnh vực niềm tin và đạo đức. *(Albert Schweitzer)*

- Nếu không có niềm tin thì sẽ không bao giờ thành hiện thực. Và nếu không có lòng chân thành thì mọi thứ cũng bằng không.

- Người ta sống nhờ tin vào điều gì đó: không nhờ bàn luận và tranh cãi về quá nhiều thứ. *(Thomas Carlyle).*

- Một người đã đánh mất niềm tin vào bản thân thì chắc chắn sẽ còn đánh mất thêm nhiều thứ quý giá khác nữa.

- Niềm tin thấy đóa hoa yêu kiều trong một cái nụ, khu vườn xinh đẹp trong một hạt giống, và cây sồi lớn trong một quả đồi. *(William Arthur Ward)*

- Sự trung thành với chính mình cần thiết cho hạnh phúc của mỗi người. Thiếu trung thành không nằm ở việc tin hay không tin, nằm ở việc tự cho là mình tin điều mình không tin. *(Thomas Paine)*

- Niềm tin tạo hiện thực. *(William James)*

- Niềm tin của bạn cho biết bạn là ai. *(Oprah Winfrey)*

- Khi người ta trẻ, người ta còn dư dả những niềm tin trong lành nhất để trao đi và nhận lại yêu thương.

- Đây là nơi bạn sẽ thắng cuộc chiến - trong tâm hồn của chính mình. *(Maxwell Maltz)*

- Nếu trong lòng một người một chút đức tin cũng không có, làm sao có thể đạt được điều mong muốn? Chỉ có bản thân tin chắc mình có thể đạt được, mới có khả năng đạt được mục tiêu. *(Thiên nga đen - Nhan Nguyệt Khê)*

- Điều ta có thể hay không thể thực hiện, điều ta coi là khả thi hay bất khả thi, hiếm khi là biểu hiện của khả năng thực sự ta có. Đúng hơn, nó là biểu hiện của niềm tin của ta và con người bản thân ta. *(Tony Robbins)*

- Niềm tin và sự nghi ngờ cùng đồng hành, chúng bù đắp lẫn nhau. Người không bao giờ nghi ngờ sẽ không bao giờ thực sự tin tưởng. *(Hermann Hesse)*

- Một người có niềm tin bằng chín mươi chín người chỉ có hứng thú. *(Peter Marshall)*

- Cái cây nói: Sức mạnh của tôi là niềm tin. Tôi chẳng biết gì về ông cha tôi, tôi chẳng biết gì về hàng ngàn đứa con mỗi năm nảy lộc đâm chồi từ tôi. Tôi sống đến tận cùng bí mật hạt giống của mình, và tôi không quan tâm tới điều gì khác.

- Người không tin vào điều kỳ diệu đối diện với sự chắc chắn rằng anh ta sẽ không bao giờ là một phần của nó. *(William Blake)*

- Điều bạn tin tưởng mạnh mẽ trở thành hiện thực của bạn. *(Brian Tracy)*

- Hãy suy nghĩ một cách tích cực và lão luyện, với lòng tin và sự tự tin, và cuộc đời sẽ trở nên vững chắc hơn, chứa đầy hành động hơn, phong phú hơn về trải nghiệm và thành tựu. *(Eddie Rickenbacker)*

- Khi người ta trẻ, người ta còn dư dả những niềm tin trong lành nhất để trao đi và nhận lại những yêu thương. *(Anh Khang)*

- Lòng tin mù quáng cố gắng giữ chân lý an toàn trong tay với lực siết sẽ giết chết chân lý. *(Rabindranath Tagore)*

- Thương thay cho người khi còn trẻ trái tim không họ được nuôi dưỡng niềm hy vọng, yêu thương - và tin tưởng vào cuộc sống. *(Joseph Conrad)*

- Con người hầu như luôn luôn tìm đến niềm tin của mình không phải trên cơ sở của minh chứng, mà trên cơ sở của điều họ cảm thấy thu hút. *(Blaise Pascal)*

- Ngày mai sẽ ổn thôi, chúng ta đều phải tin tưởng. Bởi vì phải tiếp tục sống, cho nên sẽ phải nỗ lực, giá trị cuộc sống cũng chỉ là một cái chớp mắt lúc bình minh mà thôi.

- Những viên đá nền móng cho thành công cân bằng là trung thực, chí khí, chính trực, niềm tin, yêu thương và trung thành. *(Zig Ziglar)*

- Nếu bạn tin vào điều mình đang làm, thì đừng để chuyện gì ngăn cản bạn. Hầu hết những thành tựu lớn nhất của thế giới đã được thực hiện trước, đều tưởng chừng bất khả thi. Vấn đề chỉ còn là làm sao để hoàn thành nó. *(Dale Carnegie)*

- Người can đảm cũng luôn đầy tin tưởng. *(Marcus Tullius Cicero)*

- Khát vọng được củng cố bởi niềm tin sẽ không biết đến từ bất khả thi. *(Napoleon Hill)*

- Lấy một chén yêu thương, hai chén trung thành, ba chén tha thứ, bốn lít niềm tin và một thùng tiếng cười. Dùng niềm tin để trộn kỹ yêu thương và trung thành; pha với sự dịu dàng, lòng tốt và thấu hiểu. Cho thêm tình bạn và hy vọng. Rắc thật nhiều tiếng cười. Dùng nắng trời để nướng. Thường xuyên bao lại với nhiều cái ôm. Hãy hào phóng đem các phần ăn này ra mời nhau mỗi ngày. *(Zig Ziglar)*

- Hãy quyết tâm điều bạn muốn, tin rằng bạn có thể có được nó, tin rằng bạn xứng đáng với nó, và tin rằng điều đó là có thể. Và rồi nhắm mắt lại vài phút mỗi ngày và mường tượng đã đạt được điều mình muốn, cảm nhận cảm xúc đã có nó. Mở mắt và tập trung vào điều bạn thấy cảm kích, và thực sự hưởng thụ điều đó. Rồi tiếp tục mỗi ngày và giải phóng cảm xúc ấy vào Vũ trụ và tin rằng Vũ trụ sẽ tìm ra cách để biến nó thành sự thật. *(Jack Canfield)*

- Tôi chỉ có thể đến đích nhờ chiếc xe kế hoạch, trong nó ta phải tin tưởng mãnh liệt, và với nó ta phải hành động mạnh mẽ. Không có đường khác dẫn đến thành công. *(Pablo Picasso)*

- Bạn phải tin vào các khả năng. Bạn phải tin rằng ngày mai sẽ tốt đẹp hơn hôm nay. Và đây là điều quan trọng. Hãy tin vào chính mình. *(Jim Rohn)*

- Niềm tin là khả năng những gì vẫn còn chưa tồn tại. Dù

vậy, niềm tin có thể biến khó khăn thành hiện thực, hiện thực tích cực. *(Jim Rohn)*

- Ít người nhận ra được rằng cuộc đời họ, cốt lõi tính cách của họ, những khả năng và sự bạo gan của họ, đều chỉ là bề ngoài của niềm tin đặt trong sự an toàn của bối cảnh xung quanh. *(Joseph Conrad)*

- Có hai loại người khác nhau trên thế giới, người muốn biết, và người muốn tin. *(Friedrich Nietzsche)*

- Tại đây con đường của con người chia 2 ngả. Nếu bạn muốn tìm kiếm hạnh phúc và sự bình yên trong tâm hồn, hãy tin tưởng; nếu bạn muốn tìm kiếm sự thật, hãy dò hỏi rõ. *(Friedrich)*

- Nếu bạn tin tưởng, và bạn tin tưởng mãnh liệt, bạn không thể thất bại. *(Ray Kroc)*

- Đừng tự giới hạn bản thân. Nhiều người tự giới hạn mình với điều họ nghĩ họ có thể làm được. Bạn có thể đi xa hết chừng nào mà tâm trí bạn cho phép. Hãy nhớ rằng bạn có thể đạt được điều bạn tin. *(Mary Kay Ash)*

136. NÓNG VỘI

- Đừng đòi ăn quả buổi trưa khi mới thấy cây buổi sáng. *(Trung Quốc)*

137. NỤ CƯỜI

- Chỉ biết đau khổ thôi thì không đủ. Cuộc sống đầy khổ đau nhưng cũng rất tuyệt vời... Làm thế nào có thể mỉm cười khi trong lòng đầy những buồn đau? Bạn hãy học cách mỉm cười với nỗi buồn của mình, bởi vì bạn đâu phải chỉ là nỗi buồn ấy. *(Thích Nhất Hạnh)*

- Thế giới luôn tươi sáng hơn từ phía sau nụ cười.

- Cuộc sống như tấm gương, chúng ta đạt được kết quả tốt nhất khi chúng ta mỉm cười với cuộc sống.

- Có hàng trăm ngôn ngữ trên thế giới, nhưng khi cười, mọi người đều nói chung một ngôn ngữ.

- Khoảng cách ngắn giữa hai người là nụ cười.

- Một nụ cười đáng giá ngàn lời nói.

- Hãy đếm tuổi của bạn bằng số bạn bè, chứ không phải số năm. Hãy đếm cuộc đời bạn bằng nụ cười, chứ không phải bằng nước mắt. *(John Lennon)*

- Nếu bạn thấy một người bạn không có nụ cười, hãy lấy nụ cười của mình cho người đó.

- Khi cuộc đời cho bạn cả trăm lý do để khóc, hãy cho đời thấy bạn có ngàn lý do để cười.

- Mong tình yêu ẩn dấu sâu trong tim bạn tìm thấy tình yêu chờ đợi bạn trong mơ.

- Mong nụ cười bạn tìm thấy ở ngày mai, xóa đi nỗi đau tìm trong quá khứ.

- Hãy cười, thậm chí dù đó là nụ cười buồn bã, bởi còn đáng buồn hơn nụ cười buồn bã là sự bi thảm vì không biết phải cười thế nào.

- Những gương mặt tươi cười không có nghĩa là nỗi buồn không tồn tại! Điều đó nghĩa là họ có thể chế ngự nó. *(William Shakespeare)*

- Để thật sự cười, anh phải có thể lấy nỗi đau của mình ra và chơi với nó! *(Charlie Chaplin)*

- Chúng ta cười vì chúng ta hạnh phúc - chúng ta hạnh phúc vì chúng ta cười. *(William James)*

- Tiếng cười là mặt trời đuổi mùa Đông khỏi gương mặt con người. *(Victor Hugo)*

- Tiếng cười là liều thuốc tốt nhất (mười thang thuốc bổ).

- Không gì đứng vững được trước sự công phá của tiếng cười. *(Mark Twain)*

- Một ngày không có tiếng cười là một ngày lãng phí.

(Charlie Chaplin)

- Nụ cười của sự vui mừng gần nước mắt hơn là tiếng cười. *(Victor Hugo)*

- Chúng ta hãy luôn gặp nhau với nụ cười, bởi nụ cười là điểm bắt đầu của yêu thương. *(Mẹ Teresa)*

- Trong nụ cười hứa hẹn vệt nước mắt. *(Lord Byron)*

- Ngày hôm nay có thể trở thành một ngày đầy sinh lực với bạn - và với người khác - nếu bạn bỏ thời gian để trao cho ai đó nụ cười, để thốt lên một lời tử tế, để chìa tay ra cho người đang cần giúp đỡ, để viết một lời cảm ơn, để cho đi một lời khuyến khích với người đang cố gắng vượt qua rắc rối, và để chia sẻ một phần tài sản vật chất với những người xung quanh. *(William Arthur Ward)*

- Những nụ cười tươi tắn nhất giấu đi những bí mật sâu kín nhất.

- Những đôi mắt xinh nhất đã từng rơi nhiều lệ nhất. Và những trái tim nhân hậu nhất phải chịu đựng nhiều đau khổ nhất.

- Hãy đếm khu vườn bằng những đóa hoa, đừng bởi những chiếc lá đã rơi. Hãy đếm cuộc đời bằng những nụ cười, đừng bởi lệ lăn trên má.

- Tôi luôn biết nhìn lại những giọt nước mắt sẽ khiến tôi cười, nhưng tôi chưa bao giờ biết nhìn lại những nụ cười sẽ khiến tôi khóc.

- Ngôi nhà nhiều tiếng cười cũng là ngôi nhà nhiều phiền muội. *(Edward Young)*

- Một nụ cười ấp áp là thứ ngôn ngữ chung trong lòng tốt. *(William Arthur Ward)*

- Nếu không được phép cười ở thiên đường, tôi không muốn tới đó đâu. *(Martin Luther)*

- Nụ cười sẽ cho bạn một sắc thái tích cực khiến người khác thấy thoải mái khi ở bên cạnh bạn. *(Les Brown)*

- Hãy cười nhiều hơn khóc, hãy cho nhiều hơn nhận, và hãy

yêu thương nhiều hơn căm hận.

- Mỗi khi bạn cười với ai đó, đó là một hành động của yêu thương, một món quà, một điều đẹp đẽ. *(Mẹ Teresa)*

- Tôi luôn có nhiều trở ngại trong cuộc đời. Nhưng đôi môi tôi không biết điều đó. Chúng luôn mỉm cười. *(Charlie Chaplin)*

- Nụ cười là cánh cửa sổ trên gương mặt để cho thấy trái tim bạn đang ở nhà.

- Tôi đã phát hiện ra tại sao người ta lại cười. Họ cười bởi đời đầy những thương đau... bởi đó là cách duy nhất để trái tim ngừng đau đớn. *(Robert A Heinlein)*

- Loài người chỉ có một thứ vũ khí thực sự hiệu quả, đó là tiếng cười. *(Mark Twain)*

- Đừng bao giờ ngừng nụ cười ngay cả khi bạn buồn bã, ai đó có thể sẽ phải lòng nụ cười của bạn. *(Gabriel Garcia Marquez)*

- Tiếng cười là một trong những đặc quyền của lý trí, chỉ xuất hiện ở loài người. *(Thormas Carlyle)*

- Tôi tin rằng trí tưởng tượng mạnh hơn kiến thức - thần thoại thuyết phục hơn lịch sử - giấc mơ uy lực hơn thực tế - hy vọng luôn chiến thắng kinh nghiệm - nụ cười là liều thuốc cho đau khổ - tình yêu mạnh mẽ hơn cái chết. *(Robert Fulghum)*

- Vẻ đẹp là sức mạnh, còn nụ cười là vũ khí. *(John Ray)*

- Tôi thà làm người lạc quan. Thậm chí dù tôi sai, ít nhất trên môi tôi cũng có nụ cười. *(Katrina Mayer)*

- Bạn không ngừng cười khi bạn già đi, bạn già đi vì bạn ngừng cười. *(George Bernard Shaw)*

- Hãy là lý do cho nụ cười ngày hôm nay của ai đó. *(Katrina Mayer)*

- Như một quy luật chung, tự do của bất kỳ dân tộc nào cũng có thể được đo bằng lượng tiếng cười.

- Người ta ít khi để ý tới quần áo cũ nếu bạn khoác lên nụ cười. *(Lee Mildon)*

- Tiếng cười không những là dấu hiệu của sức mạnh, mà bản thân nó cũng đã là sức mạnh.

- Hãy cười lên, đó là chìa khóa có thể mở mọi trái tim. *(Anthony J. D'Angelo)*

- Mỗi khi bạn cười với ai đó, đó là hành động của sự yêu thương, là món quà cho người đó, một thứ vô cùng đẹp đẽ. *(Mother Teresa)*

- Một phụ nữ luôn nở nụ cười và nét mặt luôn vui vẻ sở hữu nét đẹp riêng bất kể ấy mặc trang phục gì. *(Anne Roiphe)*

- Khi đứa bé phá lên cười lần đầu tiên, tiếng cười ấy vỡ tan thành ngàn mảnh, và chúng bắn đi khắp nơi, và đó là điểm bắt đầu của các nàng tiên. *(James M. Barrie)*

- Ngôn ngữ của tiếng cười với ai cũng giống nhau.

- Vào cuối ngày, những câu hỏi duy nhất tôi sẽ hỏi bản thân là...

Tôi có yêu thương đủ không?

Tôi có cười đủ không?

Tôi có tạo ra sự khác biệt nào không? *(Katrina Mayer)*

- Ngày lãng phí nhất trong mọi ngày là ngày trôi qua mà thiếu vắng tiếng cười.

- Hãy mỉm cười với nhau - bất kể đó là người ta không quen biết. Nụ cười ấy sẽ chạm đến những góc khuất của tâm hồn và tỏa sáng cả nơi tối tăm nhất.

- Tôi đã khóc đủ nhiều cho một đời rồi. Hôm nay tôi quyết định sẽ cười. (Katrina Mayer)

- Bạn được trao hàng ngàn lý do để cười mỗi ngày. Vì vậy, đừng quá tập trung vào một lý do để cau mày. *(Katrina Mayer)*

- Hầu hết các nụ cười đều bắt đầu bởi nụ cười khác. *(Frank Clark)*

- Ngày hôm qua tôi cười, ngày hôm nay tôi cười, và ngày mai tôi vẫn cười. Chỉ bởi vì cuộc đời quá ngắn để rơi nước mắt.

(Santosh Kalwar)

- Cái tay giận dỗi không đánh nổi cái mặt tươi cười.

- Hành động nói to hơn ngôn từ, và một nụ cười nói, «Tôi quý bạn. Bạn khiến tôi hạnh phúc. Tôi mừng được thấy bạn». *(Dale Carnegie)*

- Hãy cười lên, đó là chiếc chìa khóa vạn năng mở được trái tim của tất cả mọi người.

- Bạn chưa đánh mất nụ cười đâu, nó ở ngay dưới mũi bạn. Chỉ là bạn quên mất nó ở đó mà thôi.

- Nụ cười là ánh sáng cửa sổ tâm hồn trên gương mặt, cho mọi người biết hiện bạn đang có ở đây.

- Một nụ cười là lời đón tiếp mà ngôn ngữ nào cũng hiểu. *(Max Eastman)*

- Người thông minh dùng nụ cười chinh phục thế giới, kẻ ngu ngốc mới bị sự phẫn nộ chinh phục.

- Nụ cười là ngôn ngữ của yêu thương. *(David Hare)*

- Hãy tiếp tục cười lên, bởi cuộc đời thật tươi đẹp, và có biết bao điều để ta cười. *(Marilyn Monroe)*

- Tình yêu của tuổi trẻ là thứ tình cảm cho dù có tự nếm trải hay để vụt qua thì sau này, khi nhớ lại, tất cả những gì bạn dành cho nó chỉ là một nụ cười, có thể là một nụ cười dịu dàng mà cũng có thể là cười nhạt nhẽo cho qua. Tên khùng và vị A La Hán đều biết mỉm cười, nhưng vị A La Hán biết tại sao mình mỉm cười còn tên khùng thì không biết. *(Ajahn Chah)*

- Mỉm cười, nụ cười ấy ẩn chứa nhiều hàm nghĩa, truyền lại tình cảm động lòng người, như một vị triết nhân từng nói: Mỉm cười, đó là biểu tình đẹp nhất của nhân loại.

- Có lẽ cái giá của sự trưởng thành chính là đổi nụ cười ngày càng ít, lấy đi lớp vỏ bọc cứng rắn, để trang bị cho mình trong cái xã hội phức tạp này.

138. KHÔNG NƯƠNG TỰA

Ngạn ngữ Tây Phương có câu: ''Nương tựa vào bức tường, bức tường sẽ đổ, nương tựa vào cành cây, cành cây sẽ gãy, nương tựa vào con người, con người sẽ chết''.

139. ƠN NGHĨA

- Của biếu là của lo, của cho là của nợ.

- Đem thân phụng thờ người đến lúc sa cơ mà bỏ đi là bất nghĩa, nhưng không đi là bất trí.

- Đồng tiền hai chữ son khuê ngược Nhân nghĩa đôi đường nước chảy xuôi.

- Bố thí: Nhường cơm xẻ áo.

- Ăn cháo đá bát, khỏi vòng cong đuôi (sự phụ bạc).

 - Người như tằm ăn lá dâu, nhưng chưa nhả tơ.

- Lá rụng về cội.

- Qua trận súng gươm, cuộc sống áo cơm còn nặng nợ
 Trải cơn dâu bể, nhân dân cội rễ chẳng vơi tình.

- Bẻ lộc đêm xuân, nhờ cây cho lá nõn.

Ăn cơm gạo mới, ơn kẻ tạo mùa vàng.

- Đừng để chữ tiền đè trên chữ nghĩa

Chớ đem điều ác dập điều nhân.

- Cỏ dại phải nhổ, hoa đẹp siêng chăm,

Để tạo vườn xuân thêm rực rỡ.

- Người tốt đưa lên, kẻ tồi lôi xuống

Làm cho làng xóm, luôn được yên vui.

- Chịu những mùa Đông, xứ bạn hoa hồng còn nở trắng

Trải nhiều gió bắc, quê tôi dâm bụt vẫn lên xanh.

140. PHẨM GIÁ

- Điều đáng thương không phải con người sinh ra hay chết đi, cũng không phải là việc mất mát tiền bạc, nhà cửa, tài sản. Tất cả những cái đó không thuộc về con người. Thật đáng thương khi con người mất đi thứ tài sản chân chính của mình: Phẩm giá.

- Những phẩm chất tâm hồn không thể bị tổn hại vì vẻ ngoài xấu xí, trong khi vẻ đẹp tâm hồn rọi sáng ra làm cho vẻ ngoài cũng trở nên đẹp.

141. PHẨM TIẾT

- Trong loài người, kẻ là sỏi đá, người là ngọc bích. *(Ấn Độ)*

- Nguồn trong thì dòng nước trong.

Nguồn đục thì dòng nước đục. *(Tuân tử)*

- Gần sợ dạ, lạ sợ quần áo. *(Anh)*

- Lưỡi con người là tay lái của tàu hỏa. *(Amenhemhat)*

- Chân thành là nguồn sinh ra mọi thiên tài. *(C. Becne)*

- Làm người chớ miệng ngọt bụng chua.

Làm người chớ bụng gian ruột ngắn. *(Tày Nùng)*

- Vằn cọp ở ngoài da

Vằn người ở trong lòng. *(Lào)*

- Hoa hồng giữ hương thơm bằng gai

Con ong giữ mật thơm bằng nọc. *(Becon)*

- Khi sống sung túc, phẩm hạnh lớn nhất là sự điều độ. Khi gặp tai họa, phẩm hạnh lớn nhất là sự kiên cường. *(Becon)*

- Người biết nuôi chí lớn thì sẽ không nghĩ tới mình. *(Trang tử)*

- Kẻ thấy nghèo không sợ, thấy khổ không nao là người không ai khuất phục nổi. *(Epiquya)*

- Nên làm việc một cách đáng khen, nhưng không nên làm

việc để được mọi người khen. *(L. Tonxtoi)*

- Yêu ai, nên biết điều dở của người ấy.

Ghét ai, phải biết điều hay của người ta.

(Khổng Tử)

- Vui một đêm thành tiên

Phiền một đêm thành cú. *(Việt Nam)*

- Người ta bỏ hết khôn vặt mới khôn lớn được. *(Trang Tử)*

- Nói đang thao thao sướng miệng mà ngưng ngang được. Ý đang hớn hở mà thu hẳn lại được, tức giận, ham mê đương sôi nổi thì tiết chế được, không phải là người kiên nhẫn thì không khi nào được như thế. *(Vương Thủ Nhân)*

- Sắt quá già, sắt gãy. *(Lào)*

- Sự cao cả là ở chỗ không cảm thấy ghen ty khi nhìn những người khác đạt được những thành công mà bản thân mình khao khát. *(Esenbac)*

- Hãy ăn cái mà mình thích. Hãy mặc cái mà mọi người ưa. *(A Rập)*

- Sống nội tâm là sự tắm lặn trong tình yêu. *(L. Cuodoa)*

- Tay lạnh tim nóng. Tay nóng tim lạnh. *(Pháp)*

- Kẻ nói ngọt có hổ trong ruột; kẻ nói khéo có gấu trong lòng. *(Thái)*

- Củi khô đốt củi ướt. *(Taluymot)*

- Giận con rận đốt cái áo. *(Việt Nam)*

- Dao sắt đừng chặt mạnh. *(Lào)*

- Sợ hùm sợ cả cứt hùm. *(Nga)*

- Chớ khinh việc nhỏ: Lỗ thủng nhỏ đủ làm đắm thuyền. Chớ khinh vật nhỏ, con sâu con cũng đủ hại một mạng người. *(Quan Doãn)*

- Khiêm tốn giả dối là háo danh tế nhị nhất. *(Labryre)*

- Người càng thông minh và càng tốt thì càng nhận thấy nhiều cái tốt ở mọi người. *(Paxcan)*

- No mất ngon, giận mất khôn. *(Việt Nam)*

- Thùng rỗng kêu to. *(Phương Tây)*

- Người khéo cao hơn người mạnh. *(Phocolit)*

- Yêu thương ai không nên so sánh người ấy với một ai nữa khác. *(Becna Granso)*

- Không vấp ngã trước cuộc sống, điều đó là rất tốt. Nhưng vấp ngã để rồi dậy mà đi lên, lại càng tốt hơn. *(Erebua)*

- Bạn phẫn nộ vì trên đời có những kẻ vô ơn ư? Bạn hãy tư vấn lương tâm xem tất cả những người làm ơn cho bạn có đều thấy bạn là người biết ơn không? *(L. Seneca)*

- Tất cả được chinh phục bởi hiền dịu chớ không bởi bạo lực. *(Decac)*

- Không có nhiệm vụ nào cao quý hơn là giúp đỡ những người sa ngã. *(P. Ovidi)*

- Những người thông thái, sự thật cũng giống như những bông lúa. Khi còn lép chúng vươn cao đầu lên đầy kiêu hãnh, nhưng khi hạt đã đầy, chúng bắt đầu khiêm nhường cúi đầu xuống. *(Moongten hơ)*

142. PHÂN BUA

- Đừng phân bua giải bày, bạn thân họ sẽ và đã hiểu bạn dư, còn kẻ thù không tin bạn đâu. *(Elbert - Hubbard)*

143. PHẢN TỈNH - TÂM

- Nếu bạn không thể làm gì để thay đổi hiện thực, hãy buông tay. Đừng trở thành tù nhân cho những gì mình không thể thay đổi. *(Tony Gaskins)*

- Tôi không sợ khổ, sợ chết. Tôi chỉ sợ không thắng nổi những phút yếu đuối của lòng mình và đối với tôi chiến thắng vẻ vang nhất là chiến thắng bản thân.

- Một cơn bạo bệnh đã khiến bà phải nằm viện hai tháng. Trận ốm ảnh hưởng đến hệ thần kinh và bà không thể nói, đồng thời mất khả năng tự chăm sóc bản thân. Một người bình thường có thể thay đổi chỉ sau tích tắc.

144. PHÁP LUẬT

- Pháp luật là chính tổ quốc ra lịnh cho cá nhân tôn trọng sinh mệnh tài sản tự do, lương tâm và tín ngưỡng... cho mỗi người. *(Lorex)*

- Luật pháp là mạng nhện mà ruồi lớn thì bay qua còn ruồi con thì mắc kẹt. *(Balzac)*

- Người tốt không cần luật pháp để bảo mình phải hành động có trách nhiệm, còn người xấu tìm đường lách luật. *(Plato)*

145. PHỤ NỮ

- Phụ nữ được sanh ra với nhiều tính năng và trực giác hơn nam giới.

- Đau đớn thay phận đàn bà, lời rằng bạc mệnh cũng là lời chung.

- Không có phụ nữ xấu, chỉ có phụ nữ không biết làm thế nào để trở nên dễ thương. *(Phrangxo)*

- Người phụ nữ khôn ngoan kết hôn một người đàn ông yêu mình hơn là người mình yêu.

- Em về điểm phấn tô son lại.

Ngạo với nhân gian ''nửa nụ cười''.

(Một Nụ Cười - Vũ Hoàng Chương)

- Thủa trời đất nổi cơn gió bụi.

Khách má hồng nhiều nổi truân chuyên.

(Đoàn Thị Điểm)

- Đừng nghĩ ''phụ nữ hơn nhau ở tấm chồng" mà làm sao cho chồng của bạn hiểu ''Đàn ông hơn nhau ở người phụ nữ đi cùng".

- Ngay trên đất Mỹ - đất nước mà cái Tôi cá nhân được đề cao hết mực - tôi vẫn nhìn thấy vô số phụ nữ đang hy sinh sự nghiệp vì gia đình. Vì áp lực của công việc và sự coi trọng vấn đề chăm sóc con cái, nhiều phụ nữ Mỹ ngày nay vẫn lựa chọn giải pháp tạm thời dừng công việc để ở nhà trông con.

- Không biết tự bao giờ, hy sinh trở thành danh hiệu cho phụ nữ Việt Nam? Dần dà, nó trở thành thuộc tính. Là phụ nữ Việt, ắt phải biết hy sinh. Chẳng hạn, một góa phụ Việt Nam, đặc biệt là ở những vùng thôn quê, chắc sẽ phải đối diện với ít nhiều lời gièm pha nếu muốn tái giá.

- Tôi không muốn nghĩ hy sinh là bản sắc của phụ nữ Việt. Vì suy cho cùng, hy sinh chỉ đẹp khi đó là hành động tự nguyện. Nếu biến thành một thuộc tính, nó sẽ trở thành một thứ kim cô, trói buộc ước mơ và khát vọng.

146. PHƯỚC BÁO

- Bàn tay tặng đóa hoa hồng bao giờ cũng còn phảng phất mùi thơm.

- Một người làm phước ngàn người hưởng

Một cây trổ hoa ngàn cây lại thơm lây.

(Nhứt nhơn tác phước thiên nhơn hưởng

Độc thọ khai hoa vạn thọ hương)

147. QUÁ KHỨ - TƯƠNG LAI

- Mọi thánh nhân đều có một quá khứ và mọi tội nhân đều có một tương lai. Quá khứ chỉ còn là dĩ vãng đi bằng một cửa ngõ khác.

- Sự khác biệt giữa quá khứ, hiện tại và tương lai chỉ là một ảo tưởng dai dẳng đến ngoan cố.

- Đừng đếm những gì bạn đã mất, hãy quý trọng những gì bạn đang có và lên kế hoạch cho những gì sẽ đạt được, bởi quá khứ không bao giờ trở lại, nhưng tương lai có thể bù đắp cho mất mát.

-Tôi chẳng có gì để làm với quá khứ; với tương lai cũng vậy. Tôi sống trong hiện tại.

148. QUÊ HƯƠNG

Trăng bao nhiêu tuổi trăng già?

Núi bao nhiêu tuổi gọi là núi non

Còn trăng thì nước vẫn còn

Dù cho sông cạn đá mòn

Còn non còn nước hãy còn thề xưa

Núi cao đã biết hay chưa?

Nước đi ra biển lại mưa về nguồn

Nước non hội ngộ còn luôn.

(Thề Non Nước - Tản Đà)

- Tình yêu gia đình là mầm mống của tình yêu quê hương và của nhân đức xã hội. *(P. Bokentanô)*

- Bạn có thể khiến mọi người rời bỏ quê hương họ, nhưng bạn không thể cướp mất quê hương trong trái tim họ. *(Dos Parsons)*

- Không đất nước nào êm dịu bằng quê cha đất tổ. *(Homer)*

- Chính hài cốt của tiền nhân đã tạo nên tổ quốc. *(Lamactin)*

- Lá rụng về cội

Cáo chết ba năm quay đầu về núi. *(Tục ngữ Việt Nam)*

- Đừng hỏi tổ quốc đã làm gì cho bạn, hãy hỏi bạn đã làm gì cho tổ quốc. *(Gfkenodi)*

- Tình yêu tổ quốc là đỉnh núi bờ sông

Nhưng tột cùng là dòng máu chảy.

- Chín đất người không bằng ươn đất mình. *(Tục ngữ Thái)*

- Ai chết cho quê hương kẻ đó sống đời. *(Gandhi)*

- Tôi yêu đến tận cùng gốc rễ

Quê hương tôi nhỏ bé lạnh lùng

Nếu như tôi phải chết một ngàn lần

Tôi nguyện chết ở quê hương tôi đó

Nếu tôi được nghìn lần sinh ở

Tôi nguyện sinh ở nơi đó quê tôi.

(Neruda)

- Tình yêu làm đất lạ hóa quê hương. *(Chế Lan Viên)*

- Tôi muốn làm hạt phù sa bồi đắp cho quê hương hơn là làm chiếc nhẫn kim cương trên tay bậc mệnh phụ. *(Nguyễn Thái Bình)*

- Với những tâm hồn cao cả, tổ quốc là yêu quý và trên hết. *(Haino)*

- Tôi tiếc rằng tôi chỉ có một tấm thân để hy sinh cho tổ quốc tôi.

- Tuy xa xa lắm nhưng gần gần ghê.

Hãy vì tình đồng đạo, tình đồng hương.

149. QUYỀN LỰC

- Sự vĩ đại không nằm trong tài sản, quyền lực, danh vọng hay tiếng tăm. Nó được phát hiện trong lòng tốt, sự nhún nhường, sự phụng sự và tính cách. *(William Arthur Ward)*

- Bất cứ ai được trao quyền lực sẽ lạm dụng nó, nếu không có động lực là tình yêu sự thật và đức hạnh, cho dù kẻ đó là hoàng tử hay dân thường.

- Để đạt địa vị cao chỉ có hai điều kiện. Phải làm phượng hoàng hay là bò sát.

150. SẮC ĐẸP - TÍNH TỐT

- Tâm tính tốt bù vào việc thiếu sắc đẹp, nhưng sắc đẹp không thể bù đắp lâu dài cho việc thiếu tính tốt.

- Sắc đẹp là điều bạn cảm thấy ở nội tâm, và nó phản ánh trong mắt bạn. Đó không phải là thứ vật lý. *(Sophia Loren)*

- Sắc đẹp mà không có sự lịch thiệp cũng như lưỡi câu không gắn mồi câu. *(Ralph Waldo Emerson)*

- Cái đẹp mà không kết hợp với cái nết, sẽ là một bông hoa có sắc không hương. *(Ngạn ngữ Pháp)*

151. SÁM HỐI

- Thành tâm lễ sám ai ơi; Phước sanh tội diệt muôn đời an vui.

- Hối hận là sự thức tỉnh lương tâm và là khởi đầu của hành trình trở về, để sám hối và canh tân đổi đời.

152. SAN SẺ

- Có điều kỳ diệu xảy đến với những người thực sự biết yêu thương: họ càng cho nhiều, họ càng có nhiều. (Rainer Maria Rilke)

- Những gì sách dạy chúng ta cũng giống như lửa. Chúng ta lấy nó từ nhà hàng xóm, thắp nó trong nhà ta, đem nó truyền cho người khác, và nó trở thành tài sản của tất cả mọi người. *(Voltaire)*

- Một cánh phượng đẫm nước vẫn còn khoe màu đỏ thắm.

- Xin xiết chặt tay nhau và chia sẻ những thăng trầm cuộc sống.

153. SỐ PHẬN

- Giày dép còn có số, huống chi con người.

- Người bất hạnh là người không biết cách chịu đựng những nỗi bất hạnh.

- Bất kỳ ai cũng là người tạo nên số phận của mình. Ai muốn

ăn hạt dẻ phải cắn vỡ vỏ. Những phút hững hờ của thời niên thiếu là những năm hối hận của tương lai.

Điều đa phần người già cuối đời mong mỏi nhất là bình an. Đến tuổi này rồi, họ không cần tiền, cần đẹp nữa, chỉ cần bình an thôi. Bình an cho đến khi nhắm mắt xuôi tay để không phiền phức tới con cái, bạn bè và nhiều người khác. Đó là điều hạnh phúc nhất.

- Toàn bộ cuộc sống của tôi được sắp đặt bởi số phận. Tôi nghĩ có một thế lực vô hình, mạnh mẽ hơn chúng ta, quyết định tất cả. Tôi chỉ biết một điều - tôi không bao giờ lên kế hoạch cho bất cứ điều gì trong cuộc đời mình. *(Sharon Tate)*

- Nếu gia đình có một con sẽ cô quạnh. Hai con sẽ đối đầu. Ba con sẽ cân bằng. Bốn con sẽ mang lại thịnh vượng và phần còn lại tuỳ thuộc vào duyên nợ.

- Kiên nhẫn là lòng can đảm của người chiến thắng, là sức mạnh của con người chống lại số phận. *(Edward Bulwer- Lytton)*.

154. SỐNG - CHẾT - CUỘC ĐỜI

- Hãy sống như hôm nay là ngày cuối cùng được sống trong đời: Tình yêu, tình bạn, tình cảm anh chị em, tình người, sự hối hận, niềm tiếc thương, những dự định tương lai và niềm lạc quan của người khi biết mình sắp ra đi... đều hội đủ cả.

Câu nói này truyền tải một thông điệp đánh thức rất ý nghĩa. Ai đang tuyệt vọng hay cảm thấy cuộc đời buồn chán thì nên ngẫm nghĩ để nuôi dưỡng tinh thần: Khi ta còn sống trên đời này hãy trân trọng từng phút từng giây để sống.

- Cuộc đời sẽ dài ra, nếu anh biết dùng nó. *(Seneca)*

- Sống lâu không phải sống nhiều, nghĩ nhiều mới là sống nhiều. *(Letxing)*

- Chết đứng hơn quì.

- Sau nghìn thu nửa trên trần thế
Hồn vẫn về trong bóng nguyệt soi.

(Bích Khuê)

-Sống trong cái chết vùi trong cát

Những trái tim như ngọc sáng ngời.

(Chu Mạnh Trinh)

- Cuộc đời là một giấc mộng mà cái chết làm ta tỉnh thức. *(Hediviri)*

- Cuộc đời không phải là một thảm hồng. Sống

một đời không phải dễ như băng qua một cánh đồng.

- Đau khổ là một thế kỷ và chết là một chốc lát. *(J. B. Goretse)*

- Sa chân thì chết đuối

Sẩy miệng thì chết oan.

(Lễ Ký)

- Chết là một điều mau chóng và dễ dàng; sống có ý nghĩa khó hơn chết nhiều. *(Phayvanghe)*

- Cái chết là tai họa khủng khiếp nhất trong mọi tai họa, nhưng thật ra đối với mọi chúng ta thì nó chẳng là gì hết. Bởi vì khi chúng ta đang sống thì cái chết không hề có, còn đến khi cái chết đã tới thì chúng ta không còn nữa rồi.

Như vậy là cái không đụng chạm đến người sống mà cũng không đụng chạm đến người chết. Bởi vì đối với người sống thì nó chưa đến, còn người đã chết thì còn đâu nữa để mà khổ sở vì nó... Lo nghĩ đến cuộc sống tốt đẹp là lo nghĩ đến cái chết đẹp đẽ. *(Epiquya)*

155. SỰ NGHIỆP CHÍNH

- Cha chết, con phải thay, vua có nạn, con dân phải thế.

- Tu mi nam tử phải làm nên nghiệp lớn.

- Sự nghiệp chớ nên cầu mong không có chông gai, trắc trở, vì không có chúng thì ý chí sẽ không kiên định. *(Xuyến Chi)*

- Ngẫm cho kỹ, cái nhà to lớn, sức một cây cột không thể

chống đỡ. Sự nghiệp thái bình, sức một người không thể đảm trách. *(Quang Trung)*

156. SỰ THẬT - GIA ĐÌNH

- Thú vui có thể đặt trên ảo tưởng nhưng hạnh phúc phải đặt trên sự thật. *(Samfot)*

- Ý nghĩa thật sẽ mất giá trị, nếu được biểu thị một cách vụng về. *(Vonter)*

- Chân lý như ánh sáng làm chóa mắt, còn sự giả trái là buổi hoàng hôn làm cho mỗi vật đều nổi lên đẹp đẽ. *(Camuy)*

- Em không phải người hoàn hảo, nhưng biết đâu lại là mảnh ghép trái tim anh đang tìm.

- Bên cạnh những việc ái ố hỉ nộ, ghen tuông, bực tức, không hạp nhau, chúng ta vẫn bên cạnh nhau. Đó là hôn nhân.

157. SỰ THẬT

- Một nửa bánh mì thì vẫn là bánh mì nhưng một nửa sự thật thì không phải là sự thật. *(Dương Thu Hương)*

- Hãy yêu sự thật, nhưng hãy tha thứ cho lầm lỗi. *(Voltaire)*

- Sự thật không thuộc sở hữu của cá nhân nào mà là báu vật của cả loài người. *(Ralph Waldo Emerson)*

158. SỰ THẬT - HẠNH PHÚC

- Khi bạn tìm kiếm hạnh phúc trong những đối tượng vật chất thuần túy, thì vật chất chẳng bao giờ là đủ cả. Hãy nhìn ra xung quanh. Hãy nhìn vào bên trong. *(Nick Vujicic)*

159. SỰ TRƯỞNG THÀNH CỦA MỘT NGƯỜI

- Sự trưởng thành của một người là sự trưởng thành tâm thức của họ. Và tâm thức ấy không thể lưu xuất ra từ sự không hiểu biết.

Sự trưởng thành của một người là sự trưởng thành ý trí của họ và ý trí ấy không thể lưu xuất ra từ việc không chủ ý.

Sự trưởng thành của một người là sự trưởng thành tác lực muốn làm của họ và việc muốn làm ấy không thể là kết quả của sự tự nhiên. *(Gurdjeff)*

- Phạm phải sai lầm là con người; vấp ngã là chuyện bình thường; có thể cười vào mặt chính mình là sự trưởng thành - *William Arthur Ward*)

160. SUNG TÚC - ĐIỀU ĐỘ - TAI NẠN

Khi sống sung túc, phẩm hạnh lớn nhất là sự điều độ; còn khi gặp tai họa, phẩm hạnh lớn nhất là sự kiên cường, đó là phẩm hạnh anh hùng nhất trong mọi phẩm hạnh. Cảnh sung túc thường bộc lộ những thói xấu của con người, còn tai họa lại thường bộc lộ những phẩm hạnh của chúng ta.

161. TÂM TỐT

- Chùa rách bụt vàng.

162. TÂM

- Tâm bình thế giới bình. *(Đức Phật)*

- Cảnh nào cảnh chẳng đeo sầu

Người buồn cảnh có vui đâu bao giờ.

- Tâm hồn Phật thì về cõi Phật

Nghiệp chúng sanh ở cõi chúng sanh (mọi việc do mình).

- Bốn ý tưởng hay cho cuộc sống:

Nhìn lại phía sau & Có kinh nghiệm!

Nhìn lên phía trước & Thấy hy vọng!

Nhìn ra xung quanh & Tìm được thực tại!

Nhìn vào bên trong & Tìm thấy chính mình!

- Điều gì nằm lại sau chúng ta và điều gì đang chờ chúng ta phía trước chỉ là những chuyện nhỏ nhặt, nếu so sánh với điều sống trong bản thân ta. *(Henry David Thoreau)*

- Nước mắt là dấu hiệu cho sự bất lực của tâm hồn trong việc kiềm nén cảm xúc và duy trì mệnh lệnh với bản thân. *(Henri Frederic Amie)*

- Bệnh nhân nào cũng đem theo bên trong người thầy thuốc của chính bản thân mình. *(Albert Schweizer)*

- Con người giống như cửa sổ kính nhuộm màu. Họ bùng sáng và lấp lánh khi trời nắng và sáng sủa; nhưng khi mặt trời lặn. Vẻ đẹp thực sự của họ chỉ lộ ra, nếu có ánh sáng từ bên trong.

- Đạo đức là những hành động mà một người làm để hoàn thiện tính cách nội tâm của mình. *(Albert Schweizer)*

- Sắc đẹp là điều bạn cảm thấy ở nội tâm, và nó phản ánh trong mắt bạn. Đó không phải là thứ vật lý vậy. *(Sophia Loren)*

- Tôi nghĩ sự quyến rũ đến từ bên trong. Nó là thứ hoặc ở trong bạn hoặc không ở trong bạn, và thực sự không liên quan gì nhiều tới ngực hay đùi hay đôi môi hờn dỗi. *(Sophia Loren)*

- Điều cần thiết cuối cùng là đây: Sự cô độc, sự cô độc lớn trong nội tâm. Đi sâu vào bản thân mình hàng giờ mà không gặp ai cả - đây là điều cần phải đạt được. *(Rainer Maria Rillke)*

- Hãy đi theo ánh trăng nội tâm của bạn; đừng che dấu sự điên rồ. *(Allen Ginsberg)*

- Điều nằm sau bạn và điều nằm trước bạn không bằng được điều nằm trong bạn. *(Ralph Waldo Emerson)*

- Tôi sợ điều nằm trong bản thân hơn là điều đến từ ngoại cảnh. *(Martin Luther)*

Người không có cuộc sống bên trong là nô lệ của môi trường bên ngoài. *(Henri Frederic Amiel)*

- Khi ta cảm thấy yêu thương và tử tế với người khác, điều đó không chỉ làm người khác cảm thấy được yêu thương và chăm sóc, mà còn giúp ta tìm được hạnh phúc và bình an trong nội tâm. *(Đạt Lai Lạt Ma XIV)*

- Rốt cuộc chính những người có cuộc sống nội tâm sâu sắc và chân thực có thể đối phó tốt nhất với những điều khó chịu của cuộc sống bên ngoài. *(Evelyn Underhill)*

- Bên trong, tất cả chúng ta đều là hoa hướng dương. *(Allen Ginsberg)*

- Tôi không đòi hỏi vương miện

Chỉ trừ thứ dành cho tất cả mọi người;

Tôi không cố gắng chinh phục thế giới nào

Chỉ trừ thế giới bên trong nội tâm. *(Louisa May Alcott)*

- Cuộc hành trình duy nhất là cuộc hành trình vào nội tâm. *(Rainer Maria Rilke)*

- Hóa ra bề ngoài cứng rắn của một người, chẳng qua vì muốn che dấu đi sự tự ti của nội tâm, cho dù tiền bạc có nhiều đi chăng nữa, cũng không thể lấp đi sự trống rỗng trong trái tim. Mỗi người đều có những vết sẹo mà người ngoài không biết, chỉ là không may bị lộ ra mà thôi.

- Đá quý không nói dối *(Tâm Doanh Cốc)*

- Một ông lão thổ dân da đỏ từng mô tả cuộc đấu tranh nội tâm trong mình như sau: Bên trong tôi có hai con chó. Một con chó xấu xa và ác độc, một con chó tốt đẹp. Con chó xấu xa lúc nào cũng đánh nhau với con chó tốt đẹp. Khi được hỏi con chó nào thắng, ông nghiền ngẫm một lúc rồi trả lời, con chó tôi cho ăn nhiều nhất. *(George Bernard Shaw)*

- Sắc đẹp không phải là vẻ bên ngoài. Nó là ánh sáng chiếu rọi từ bên trong. *(Katrina Mayer)*

- Chẳng ai trong chúng ta sẽ làm nên được điều gì lớn lao, trừ khi ta lắng nghe tiếng thì thầm mà chỉ mình ta nghe thấy. *(Thomas Carlyle)*

- Tôi đã luôn viết chỉ cho bản thân mình - để làm rõ với mình, để hiểu bên trong nội tâm chuyện gì đang thực sự xảy ra.

(Herta Muller)

- Nhiều khi, một người lựa chọn ra đi, không phải vì dục vọng, cũng không phải vì bị quyến rũ. Chỉ đơn giản bởi nghe thấy tiếng lòng của mình. Để tôn trọng cuộc sống âm thanh trong nội tâm chính mình, chúng ta từng phải trả những cái giá quá lớn. *(Đào Tường Vy)*

- Rất thường xuyên ta thấy người đang giận dữ chẳng nghe được lời nói từ nội tâm mình. *(Frank Herbert)*

- Yêu một người là muốn chia sẻ với người đó bí mật che giấu nơi sâu nhất trong nội tâm. Hãy nhắm mắt khi anh đến. *(Đinh Mặc)*

- Hãy lắng nghe ánh sáng trong nội tâm; nó sẽ dẫn đường cho bạn.

Hãy lắng nghe sự bình yên trong nội tâm; nó sẽ nuôi dưỡng bạn.

Hãy lắng nghe tình yêu trong nội tâm, nó sẽ thay đổi bạn, nó sẽ thần hóa bạn, nó sẽ khiến bạn trở nên bất tử. *(Sri Chinmoy)*

- Muốn nhìn rõ lòng mình rất dễ, nhưng có can đảm nhìn thẳng lòng mình mới khó. Sự mạnh thể chất chẳng quan trọng, quan trọng là sức mạnh của tinh thần. *(Tolkien)*

- Tự nhiên có quy luật riêng của nó, vạn vật đều mang tính thống nhất lẫn tương phản trong chính bản thân của nó. Điển hình như ngọc vậy, phỉ thúy tuy nhìn rắn chắc hơn ngọc bích, nhưng nếu ném xuống đất thì rất dễ dàng vỡ vụn ra từng mảnh, cho nên độ cứng càng cao lại càng không rắn chắc. Cũng giống như sự kiên cường, người có tính cách càng cứng cỏi, thường thì nội tâm càng yếu đuối, một chén sành mỏng manh dễ vỡ.

- Dòng sông dạy tôi lắng nghe; bạn cũng sẽ học được từ nó. Dòng sông biết mọi thứ, người ta có thể học được mọi thứ từ nó. Bạn đã học được từ dòng sông rằng sẽ tốt khi vươn xuống dưới, chìm xuống, tìm kiếm những đáy sâu. *(Hermann Hesse)*

- Bên trong bạn có nơi tĩnh lặng và tôn nghiêm, nơi bạn có thể rút vào bất cứ lúc nào và là chính bản thân mình. *(Hermann Hesse)*

- Con người lầm đường lạc lối là do chính bản thân mình. Hoàn cảnh bên ngoài chỉ tác động thêm, còn lý do chính là nội tâm không đủ kiên định.

- Nội tâm con người là thứ có khả năng chịu đựng kéo dài bền bỉ, chỉ cần còn lại một hy vọng nhỏ nhất cũng có thể hồi sinh.

- Hãy ngồi xuống đây và thở sâu. Ở đây mọi thứ đều yên lành. Thế giới bên ngoài cũng yên lành, tất cả khổ đau đều tại tâm mình. *(Đoàn Minh Phượng)*

- Nước mắt là thứ tuy có thể nhìn thấy bằng mắt thường, nhưng không ai có thể nhìn thấy quá trình nội tâm dẫn đến nó cả. *(Ichikawa Takuji)*

- Em nhìn đó, biển cả cho dù có bao sâu đi nữa, bề mặt của nó vẫn luôn tĩnh lặng. Trên đời này thứ sâu hơn biển chính là lòng người. Có lúc mỉm cười, không có nghĩa là mình không đau khổ, không sợ hãi, không tuyệt vọng.

- Không ai có thể làm mờ ánh sáng chiếu rọi từ bên trong. *(Maya Angelou)*

- Nhiều người cho rằng, hôn nhân mang lại sự ổn định. Thực ra, sự yên ổn thực sự không phải là hôn nhân mang đến mà chính là nội tâm của mình.

- Khi một người tìm được sự yên bình bên trong mình, vị ấy sẽ có thể đem sự yên bình đến cho cả thế giới. *(Martin Buber)*

- Tâm hồn, hay sự sống bên trong ta không hề thống nhất với cuộc sống bên ngoài ta. Nếu ai có đủ can đảm để nói nó nghĩ gì, nó luôn luôn nói đối lập với những gì người ta nói. *(Virginia Woolf)*

163. TẬN DỤNG

- Giẻ rách đỡ nóng tay.

- Không phải đám mây nào cũng thành giông bão.

- Xà phòng xám rửa tay sạch.

- Thành công là việc tận dụng tối đa khả năng mà bạn có. *(Zig Ziglar)*

- Hãy làm tròn mỗi công việc của đời mình như thể đó là công việc cuối cùng. *(Marc Aurele)*

164. THA THỨ

- Tha thứ người được người tha thứ.

- Trong hai người cãi nhau thì kẻ có lỗi, biết lỗi hay biết tha thứ là người thông minh hơn.

- Có những người đã đi qua trong cuộc đời chúng ta để lại những dấu vết đau thương, sự oán giận không thể xóa nhòa. Thế nhưng, sau tất cả cũng nên tha thứ cho người khác, không phải vì họ xứng đáng với điều đó mà là vì bạn xứng đáng được hưởng sự bình yên.

- Nhớ cái cần nhớ, quên những cái nên quên, sống cuộc sống cởi mở, trong lòng không vướng mắc thì cuộc sống này thật tươi đẹp.

- Sẵn sàng quên đi là một cách cân bằng tâm lý, cần phải chân thành và thản nhiên đối mặt với cuộc sống.

- Có một câu nói rất hay rằng: Tức giận là lấy sai lầm của người khác để trừng phạt chính mình, cứ nhớ mãi và không quên khuyết điểm của người khác thì người bị tổn thương nhiều nhất chính là bản thân mình, bởi lẽ đó để có được niềm vui và cuộc sống thanh thản ta không nên truy cứu lỗi lầm cũ của người khác.

- Ra tù mà lòng vẫn còn thù hận thì vẫn còn kẹt trong tù, nên tôi tới nói tha thứ cho vị ấy, bỏ hết, thì mới thật ra tù, mới tự do.

- Chuyện: Ném hòn đá lên trời thì bầu trời có kêu đau không? Có người ném đá mình, nhưng nếu tim mình như bầu trời bao dung thì mình sẽ không đau.

- Nếu thích yêu và được yêu thì chúng ta cũng học cách đối phó không yêu và không được yêu để giữ tâm cân bằng.

- Tha thứ cho người khác là giữ cho mình bình yên thanh thản, không tha thứ là chính mình hại mình.

- Việc thực hành thiền quán hạnh tha thứ là một cách tuyệt vời để chữa lành nỗi đau của những tổn thương cũ, đã ngăn cản trái tim chúng ta không tin tưởng và yêu thương bản thân mình và những người khác. Tha thứ là chìa khóa mở lòng, để trải nghiệm từ những bài học đau đớn của quá khứ và để đi vào tương lai không bị cản trở.

165. THẬN TRỌNG

- Nói năng thận trọng đáng giá hơn hùng biện.

- Nếu muốn hưởng quả, bạn chớ ngắt hoa.

- Ai thận trọng quan sát và kiên quyết vững vàng sẽ tự nhiên dần trở thành bậc anh tài. *(Edward Bulwer Lytton)*

- Người không dễ gặp nguy hiểm là người ngay cả lúc an toàn cũng vẫn luôn luôn thận trọng. *(Publilius Syrus)*

166. THẮNG MÌNH

- Thắng người sân hận bằng không sân hận.

Thắng người tiểu nhân bằng hành động quân tử.

Thắng người xảo trá bằng hạnh chân chơn thật.

Thắng người keo kiệt bằng hạnh bố thí.

Thắng người hơn mình bằng đức khiêm cung.

Thắng người ngang hàng bằng tinh tiến.

Thắng người kém cỏi bằng hiến tặng.

- Nhiều người giỏi - không giàu - nhưng không nghèo, vì không chủ tâm làm giàu kiếm tiền.

- Chiến thắng bản thân là chiến thắng tốt và cao quý nhất; bị đánh bại bởi bản tính của mình là thất bại tồi tệ và nhục nhã nhất. *(Plato)*

- Những người chiến thắng dành được thắng lợi trong đời bởi trước đó họ đã chiến thắng cuộc chiến trong tâm tưởng.

- Tôi cho người vượt qua được dục vọng của mình can đảm hơn người đánh bại được kẻ thù, bởi chiến thắng khó khăn nhất là chiến thắng bản thân mình. *(Aristotle)*

167. THÀNH CÔNG

- Thành công và hạnh phúc nằm trong bạn. Quyết tâm hạnh phúc, và niềm vui sẽ đi cùng bạn để hình thành đạo quân bất khả chiến bại chống lại nghịch cảnh. *(Helen Keller)*

- Tính cách không thể phát triển một cách dễ dàng và yên lặng. Chỉ qua trải nghiệm thử thách và gian khổ mà tâm hồn trở nên mạnh mẽ hơn, hoài bão hình thành và thành công đạt được. *(Helen Keller)*

- Thành công không phải là chìa khóa mở cánh cửa hạnh phúc. Hạnh phúc là chìa khóa dẫn tới cánh cửa thành công. Nếu bạn yêu điều bạn đang làm, bạn sẽ thành công. *(Albert Schweitzer)*

- Thất bại dạy khôn con người. *(Democrit)*

- Hạnh phúc: Ba điều hạnh phúc: Thân thể khỏe mạnh, tinh thần tự do và trái tim trong sạch.

- Cái thường được gọi là hạnh phúc đâu phải là sự thỏa mãn những mong muốn. Thật ra mục đích trong cuộc sống mới là điều cốt yếu của phẩm giá và hạnh phúc của con người. *(Usimxky)*

- Ở cảnh chúng ta lúc này, hạnh phúc chỉ là một cái chăn quá hẹp. Người này có thì người kia hở. (Nam Cao)

- Sung sướng thay cho ai chết đi sau khi đã sống đẹp cho đời mình.

- Hãy tin lời tôi: hạnh phúc chỉ có ở nơi nào mọi người tin yêu chúng ta.

- Ai quên hạnh phúc của mình để tìm hạnh phúc cho người khác sẽ gặp hạnh phúc tràn đầy.

- Đối với con người, không có hạnh phúc nào lớn hơn là toàn tâm, toàn ý phục vụ một sự nghiệp nào đấy.

- Hạnh phúc giả dối làm con người chai đá, kiêu căng. Thứ hạnh phúc này không san sớt. Trong khi hạnh phúc chân thật làm người ta tế nhị. Thứ hạnh phúc này luôn luôn chia sẻ.

- Lúc tâm hồn tràn đầy ánh sáng của một ý chí lớn, một tình cảm lớn những cái lớn này chi phối cả đời sống của mình. Khi đó tự nhiên chúng ta sẽ rời bỏ cái gì không xứng đáng, những cái nhỏ nhen và sẽ thấy vui vẻ phấn khởi lạ thường.

- Leo núi không phải để cho thế giới thấy bạn, mà để bạn có thể nhìn thấy thế giới.

- Trong tất cả các loại rủi ro - rủi ro nguy hiểm nhất là không dành thời gian trong đời để làm những điều mình muốn, mà cứ đánh cược rằng sau này bản thân dư sức có thể thực hiện nó.

- Hãy đến nơi mà bạn được chào đón, chứ không phải nơi mà bạn phải chịu đựng.

- Người mà bạn dành thời gian ở chung nhiều nhất là chính bản thân bạn, vì vậy hãy cố gắng làm cho mình cảm thấy thú vị hết mức có thể.

- Nếu bạn chấp nhận được những hạn chế của mình, bạn sẽ vượt xa nó.

168. THÀNH ĐẠT - THẤT BẠI

- Bạn học được nhiều điều từ thất bại lớn hơn thành công, đừng để nó ngăn bạn lại. Thất bại giúp hình thành nên tính cách.

- Con người chẳng bao giờ lên kế hoạch để thất bại; chỉ đơn giản là họ đã thất bại trong việc lên kế hoạch để thành công. *(William Arthur Ward)*

- Xây dựng thành công từ thất bại. Sự chán nản và thất bại là hai bước đệm chắc chắn nhất dẫn tới thành công.

- Ta nghe: Múc một gáo nước biển cả không vì đó mà vơi. Thêm một gáo nước không vì thế mà đầy. Cho nên, người dùng bình giỏi không lấy sự thắng nhỏ mà mừng, không lấy sự thua to mà sợ. (Nguyễn Trãi)

- Thất bại lớn nhất của cuộc đời là sự lười nhác và chủ nghĩa trung bình.

- Cuộc sống chỉ thực sự có ý nghĩa một khi nó được coi là cuộc đấu tranh.

- Liên tục và bền bỉ với bản thân. Tôi rất thích câu nói của Bill Gates, nhà sáng lập Công Ty Điện toán Microsoft (Mỹ): ''Hãy động não và đi trước thời gian''.

- Khó khăn thì chẳng ai nhìn,

Đến khi đổ Trạng tám nghìn nhân duyên.

- Nước lã vả nên hồ,

Tay không mà dựng cơ đồ mới ngoan.

- Ai cũng có thể học hành và đỗ đạt cả, nếu chúng ta có ý chí. Nên Bồ tát Thường Bất Khinh hay chúc ai cũng thành Phật là vậy.

- Bất cứ sự thành công tốt đẹp nào cũng chỉ đạt được trên nền tảng của học vấn cơ bản, đạo đức và nếp sống lành mạnh của mỗi người, vậy nên chúng ta thấy rằng: Kết quả của cuộc thi là để mở đầu một chặng đường mới hoàn thiện mình hơn.

- Sự sáng tạo giúp phân biệt một nhà lãnh đạo với một môn đệ. *(Những bí mật sáng tạo của Steve Jobs, 2001).*

169. THANH NIÊN

- Đâu cần thanh niên có,

Đâu khó có thanh niên.

170. THẤT BẠI

- Sự thất bại trong các cuộc chinh phục trái tim do vụng về của người đàn ông nhiều hơn là do đức hạnh của người đàn bà.

- Nước có lúc đục, lúc trong, người có lúc vinh, lúc nhục.

- Thà nhận cái nhục trên mặt, còn hơn một vết nhơ trong trong lòng.

- Mặt trời đứng bóng thì xế, mặt trăng đã tròn thì khuyết, vật gì thịnh lắm thì suy. *(Thái Trạch)*

- Chuyện Morales lạc quan chạy đua chức vị dù thất bại: Sau khi Morales để mất chức lớp trưởng lớp ba vào tay một cậu bé, cha em đã đăng câu chuyện lên mạng xã hội Facebook. Cha Morales cho biết dù không chiến thắng, con gái ông vẫn đứng ở vị trí thứ hai và hiện là phó chủ tịch Hội Bạn bè Trường học. Câu chuyện về Morales nhanh chóng lan truyền và đến được với Clinton. Gia đình Morales đã sốc khi cựu ứng viên tổng thống Mỹ đích thân gửi thư động viên con gái họ.

''Điều quan trọng nhất là cháu đã đấu tranh vì điều cháu tin tưởng'', bà viết trong thư. ''Và nó lúc nào cũng xứng đáng''.

''Bác biết có thể cháu đang thất vọng vì không thể giành chức lớp trưởng, nhưng bác rất tự hào vì cháu đã quyết định chạy đua ngay từ đầu. Bởi bác hiểu rõ, thật không dễ dàng khi cháu dám đứng lên và cạnh tranh cho vị trí vốn chỉ các cậu bé mới tìm đến'', Clinton chia sẻ.

171. THẦY

- Thầy giáo của anh có thể dắt anh đến cửa; đạt được sự học là việc tùy thuộc vào mỗi người. *(Trung Quốc)*

- Sự gương mẫu của người thầy giáo là tia sáng mặt trời thuận lợi nhất đối với sự phát triển tâm hồn non trẻ mà không có gì thay thế được. *(Usinxki)*

- Phải tôn kính thầy dạy mình, bởi lẽ nếu cha mẹ cho ta sự sống thì chính các thầy giáo cho ta phương cách sống đàng hoàng tử tế. *(Philoxêne De Cythêrê)*

- Nhân cách của người thầy là sức mạnh có ảnh hưởng to lớn đối với học sinh, sức mạnh đó không thể thay thế bằng bất kỳ cuốn sách giáo khoa nào, bất kỳ câu chuyện châm ngôn đạo đức, bất kỳ một hệ thống khen thưởng hay trách phạt nào khác. *(Usinxki)*

- Người thầy trung bình chỉ biết nói,

Người thầy giỏi biết giải thích,

Người thầy xuất chúng biết minh họa,

Người thầy vĩ đại biết cách truyền cảm hứng.

(William A. Warrd)

- Người thầy thực sự hiểu biết không bắt bạn bước vào ngôi nhà tri thức của thầy, mà hướng dẫn bạn đến ngưỡng của tư duy và tri thức của bạn. *(Khalil Gibran)*

- Những thầy cô giỏi nhất dạy bằng trái tim, chứ không từ sách vở.

172. THẾ GIỚI LÀ MỘT TẤM GƯƠNG

- Thế giới là một tấm gương mà trong đó mọi người đều soi thấy vẻ mặt của mình. Nếu bạn nhăn nhó, tấm gương sẽ cho bạn thấy một gương mặt sầu não. Bạn hãy cười với nó đi và bạn sẽ gặp ở đó một người bạn vui vẻ.

- Hãy cười lên và cả thế giới sẽ cười cùng bạn, nếu khóc, bạn sẽ phải chỉ khóc một mình.

- Hãy bắt đầu làm những việc cần thiết, sau đó làm những việc bạn có thể, và tự nhiên bạn có thể làm những điều không thể.

- Điều tuyệt vời nhất trên thế giới bạn không thể nhìn thấy và chạm được - bạn sẽ phải cảm nhận chúng bằng trái tim.

- Chúng ta không thể thay đổi hướng gió, nhưng có thể thay đổi con đường đi, để đạt được đến nơi mà chúng ta muốn.

- Bạn phải làm những điều mà bạn nghĩ rằng mình không thể.

- Sự hoàn hảo dường như không thể đạt được, nhưng chúng ta theo đuổi sự hoàn hảo thì chúng ta sẽ chạm đến sự xuất sắc.

- Hãy cố gắng trở thành cầu vồng trên đám mây của một ai đó.

- Không có gì là không thể, chính từ này cũng nói lên rằng tôi có thể.

- Hãy đặt trái tim, tinh thần của bạn vào những việc làm nhỏ nhất. Đó chính là bí mật của sự thành công.

- Cơ hội luôn chào đón chúng ta, hãy nắm lấy nó.

- Chúng ta biết chúng ta là ai, nhưng chúng ta không biết những điều chúng ta có thể làm được.

- Thất bại không bao giờ xảy ra nếu quyết tâm thành công của chúng ta đủ mạnh.

- Những gì bạn làm hôm nay có thể cải thiện trong tương lai.

- Để thành công trước tiên ta phải tin là ta có thể.

- Tôi đã thất bại liên tục trong cuộc đời và đó là lý do tại sao tôi thành công.

- Một người sáng tạo luôn bị thôi thúc bởi khát vọng của sự thành công, chứ không phải khát vọng đánh bại người khác.

- Luôn cố gắng hết sức thực hiện kế hoạch của bạn, bạn sẽ gặt hái thành công sau này.

- Khát vọng chiến thắng, khát vọng của thành công, khát vọng chạm đến khả năng của bạn. Đây là những nhân tố làm bạn trở thành người xuất sắc.

- Đừng nhìn lại xem bạn đã làm những gì. Hãy cứ tiếp tục đi.

- Bạn không bao giờ quá già để thiết lập mục tiêu mới hay để mơ một giấc mơ mới.

- Thế giới mới với một ngày mới, bắt đầu với suy nghĩ mới và sức mạnh mới.

173. THỜI GIAN

- Nỗi buồn bay đi trên đôi cánh của thời gian. *(La Fontaine)*

- Hãy có thời gian cho cả công việc và hưởng thụ; khiến mỗi

ngày vừa hữu ích vừa thoải mái, và chứng tỏ rằng bạn hiểu giá trị của thời gian bằng cách sử dụng nó thật tốt. Và rồi tuổi trẻ sẽ tươi vui, và tuổi già không có nhiều hối tiếc, và cuộc đời sẽ là một thành công tươi đẹp. *(Louisa May Alcott)*

- Anh có yêu cuộc sống không? Vậy đừng lãng phí thời gian, vì đó là vật liệu của cuộc sống. *(Benjamin Franklin)*

- Kẻ tầm thường chỉ lo tìm cách giết thời gian, còn người có tài thì tìm mọi cách tận dụng thời gian. *(Khuyết danh)*

- Thời gian là cố vấn khôn ngoan nhất.

- Tấc vàng khó mua được thời gian. Tấn vàng còn tìm được, chứ tấc thời gian thì khó mua.

174. THÔNG CẢM - TỪ BI

- Theo nghĩa tổng quát nhất, bác ái là hy sinh. *(Lacoocdeo)*

- Thông cảm nỗi khổ của bạn là tốt, mà ra tay tiếp cứu bạn còn hay hơn. *(Vonte)*

- Nếu thấy một người bạn thiếu nụ cười, hãy lấy nụ cười của mình cho người đó.

- Những con người đẹp nhất là những người từng bị đánh bại, từng đau khổ, từng tranh đấu, từng mất mát, và đã tìm được đường ra khỏi vực sâu. Những người này có lòng cảm kích, sự nhạy cảm và thấu hiểu đối với cuộc đời, cuộc đời đã làm họ tràn đầy sự cảm thông, sự dịu dàng và quan tâm yêu thương sâu sắc. Người đẹp không tự nhiên mà có. *(Elisabeth Kubler- Ross)*

- Cỏ dại cũng là hoa, khi bạn đã hiểu chúng. *(A. A. Milne)*

- Một người bạn là người mà ta có thể trút ra tất cả trái tim mình, trái tim đầy tro trấu, biết rằng những bàn tay dịu dàng nhất sẽ cầm lấy nó và sàng lọc, giữ lại những gì đáng giữ, và với hơi thở của lòng tốt, thổi đi tất cả những phần thừa.

- Hãy chủ động tìm kiếm cơ hội cho sự tử tế, cảm thông và kiên nhẫn. *(Evelyn Underhill)*

- Khi bạn thấy ai đó quyết định sai lầm và gặp rắc rối, có lẽ họ cần sự giúp đỡ và cảm thông của bạn chứ không phải là sự phán xét.

- Chúng ta cảm thương người khác trong những bất hạnh mà chính chúng ta đã trải nghiệm. *(Jean Iacques Rousseau)*

- Bố thí khi được hỏi cũng tốt, nhưng còn tốt hơn nhiều khi cho mà không cần được hỏi, nhờ sự cảm thông. *(Sophia Loren)*

- Bạn tiến xa đến đâu trong đời phụ thuộc vào việc bạn nhẹ nhàng với người trẻ, cảm thông với người già, đồng cảm với người đang tranh đấu và khoan dung với cả kẻ yếu và kẻ mạnh. Bởi vì một ngày nào đó trong đời, bạn sẽ thấy mình đã từng trải qua tất cả những khoảng khắc ấy. *(George Washington Carver)*

- Chẳng bao giờ có loại thuốc bổ chữa được những căn bệnh xã hội hữu hiệu tốt hơn một mái ấm khỏe khoắn và hạnh phúc. Chẳng bao giờ có nguồn ổn định xã hội lớn hơn một gia đình yêu thương và biết cảm thông. Chẳng bao giờ có cách giúp trẻ em hạnh phúc tốt hơn lời tâm tình của bậc cha mẹ sáng suốt và trìu mến. *(Richard L Evans)*

- Luật của tình bạn nói rằng nên có sự cảm thông giữa hai bên, mỗi người bù vào điều đối phương thiếu, cố gắng làm đối phương có lợi, và luôn luôn sử dụng những ngôn từ thân thiện và chân tình. *(Marcus Tullius Cicero)*

- Chúng ta học được trong tình bạn rằng hãy nhìn bằng mắt của người khác, nghe bằng tai của người khác, và cảm nhận bằng trái tim người khác. *(Alfred Adler)*

- Thay vì lên án người khác, hãy cố hiểu họ. Hãy cố tìm hiểu tại sao họ lại làm điều họ làm. Điều đó có ích và hấp dẫn hơn sự phê phán, bởi lẽ nó sinh ra sự cảm thông, lòng khoan dung và sự tử tế. *(Dale Carnegie)*

- Sự thành công trong cách ứng xử với người khác phụ thuộc vào việc nắm được góc nhìn của người khác với thái độ cảm thông. *(Dale Carnegie)*

- Dù chỉ sự cảm thông thì không thể thay đổi được hiện

thực, nhưng nó có thể khiến ta chịu đựng hiện thực dễ dàng hơn. *(Bram Stoker)*

- Nếu một người chưa từng cảm nhận sự đau khổ khó khăn thì rất khó cảm thông cho người khác.

- Bạn muốn học tinh thần cứu khổ cứu nạn, thì trước hết phải chịu đựng được khổ nạn.

- Một trong những thành tựu vĩ đại nhất trên thế gian chính là làm những trái tim bừng sáng.

- Những người biết thông cảm và cân nhắc đến cảm xúc của người khác mới tốt đẹp làm sao. *(Richard L Rvans)*

- Tôi tin rằng bạn nên hướng tới những người bạn gặp đói khát sự cảm thông. Hãy trao nó cho họ và họ sẽ quý mến bạn. *(Dale Carnegie)*

- Trong đạo Phật, từ bi gắn liền với trí tuệ. Không hiểu, không thể thương yêu sâu sắc; không hiểu, không thể yêu thương đích thực. Hiểu chính là nền tảng của tình thương yêu. Mỗi người đều có những nỗi niềm, những khổ đau, bức xúc riêng, nếu không hiểu, sẽ không thương mà giận hờn, trách móc. Không hiểu, tình thương của mình sẽ làm người khác ngột ngạt khổ đau suốt đời. *(Thích Nhất Hạnh)*

- Không có ai thực sự hiểu sự ưu sầu hay nỗi vui mừng của kẻ khác.

- Nếu chúng ta có thể chia sẻ câu chuyện của mình với người, sẽ phản hồi lại với thông cảm và thấu hiểu, không có chỗ cho sự xấu hổ. *(Brene Brown)*

- Hãy cảm thông với cảnh ngộ của người khác. Bạn phải biết cả về bi kịch lẫn chiến thắng, thất bại lẫn thành công. *(Jim Rohn)*

- Ai cũng có thể cảm thông với sự đau khổ của bạn mình. Nhưng phải có được một bản tính rất tốt đẹp để có thể vui cùng thành công của bạn. *(Oscar Wilde)*

- Mỗi chúng ta đều đã sống qua sự khốn khổ, sự cô đơn, bão

lụt ngoài trời hoặc trong tâm tưởng, nên khi nhìn thấy người đồng cảnh ngộ, chúng ta thấu hiểu bởi lẽ chúng ta cũng đã từng ở trong hoàn cảnh đó. Chúng ta hỗ trợ và cảm thông với nhau bởi mỗi chúng ta đều giống nhau hơn là kẻ khác nhau. *(Maya Angelou)*

- Không thể vươn tới được vùng tư duy cao nhất nếu đầu tiên không hiểu được sự cảm thông. *(Sorates)*

175. THỬ THÁCH

- Không lên núi cao, sao biết được cái lo nghiêng ngã; không xuống vực sâu, sao biết được cái lo đắm đuối; không ra biển sao biết được cái lo sóng gió.

- Cuộc sống chỉ mang đến cho bạn 10% cơ hội, 90% còn lại là cách mà bạn phản ứng với nó.

- Hãy tìm kiếm ba sở thích của bạn: Một cái để kiếm tiền, một cái để bạn phát triển và một cái để bạn sáng tạo.

- Để có thể thành công, bạn buộc phải tin rằng bạn có thể.

- Không có gì là không thể với một người luôn biết cố gắng.

- Nghĩ quá nhiều sẽ hủy hoại bạn. Hủy hoại thực tại, thay đổi mọi thứ xung quanh, khiến bạn lo lắng và làm mọi thứ trở nên tồi tệ hơn bạn nghĩ.

- Hãy luyện tập như thể bạn chưa bao giờ chiến thắng. Hãy hành động như thể chưa bao giờ bạn thất bại.

- Chỉ cần bạn không dừng lại thì việc bạn tiến chậm cũng không là vấn đề.

- Bất kỳ ai cố gắng ''dìm'' bạn xuống thì họ đều thua kém bạn.

- Cách để bắt đầu đó là dừng việc nói lại và hãy bắt đầu làm.

- Hãy lắng nghe một cách cẩn thận điều người khác nói với bạn về một ai đó. Đấy chính là cách mà họ sẽ nói với ai đó về bạn.

- Giữ đôi mắt của bạn hướng lên bầu trời và đôi chân trên mặt đất.

- Luôn nhìn về phía trước và giữ cho đôi chân luôn vững bước trên con đường, chỉ cần bạn biết nơi mình muốn đến, chắc chắn bạn sẽ đến được đó.

- Có hai điều cần nhớ trong cuộc sống. Hãy chăm sóc suy nghĩ của bạn khi bạn một mình và hãy cẩn trọng với lời nói khi ở chốn đông người.

- Hãy không ngừng học hỏi. Nếu bạn là người thông minh nhất trong phòng thì thực sự là bạn đã ở nhầm chỗ.

- Đừng đánh mất bản thân mình khi cố gắng níu giữ người mà không hề quan tâm tới việc sắp mất bạn. - Hãy làm những thứ khó khăn khi chúng ta còn dễ dàng và làm những thứ vĩ đại khi chúng ta còn nhỏ bé. Hành trình ngàn dặm bắt đầu bằng những bước chân.

- Hãy đừng để ý tới những khó khăn của bạn mà hãy biết ơn những gì bạn có.

- Dũng cảm đối mặt với mọi thứ đồng nghĩa với việc bạn sẽ tạo ra nhưng căng thẳng không đáng có.

Hãy tập luyện sự biết ơn nguồn năng lượng mà bạn may mắn có được để vượt qua khó khăn đó.

- Không chuẩn bị nghĩa là bạn đã sẵn sàng cho việc thất bại.

- Bạn muốn biết bạn là ai? Đừng hỏi nữa. Hãy hành động! Hành động sẽ định nghĩa con người bạn.

- Trong khi bạn nhìn họ như những gã ''điên'' thì chúng tôi nhìn họ như những thiên tài. Bởi vì chỉ có những người điên đến mức nghĩ là có thể thay đổi thế giới thì mới là những người làm được.

- Không bao giờ, không bao giờ, không bao giờ từ bỏ.

- Cuộc sống là một chuỗi thăng trầm và tất cả mọi khó khăn thử thách chỉ là tạm thời.

176. THƯƠNG VÀ NHÌN VỀ MỘT PHÍA

- Nhà văn Pháp Antoine de St. Exupery, tác giả quyển ''Hoàng tử bé'' (Le Petit Prince) có nói: ''Thương nhau không phải nhìn nhau, mà là cùng nhìn về một hướng'' (Aimer, ce n'est pas se regarder l'autre, c'est regader ensemble dans la meme direction).

- Khi hai người yêu nhau, họ không nhìn nhau mà họ cùng nhìn về một hướng. *(Saint Exupery)*

177. SỨC MẠNH CỦA ĐỒNG TIỀN

Tiền là tiên, là Phật,

Là sức mạnh của lò xo,

Là thước đo của lòng người,

Là nụ cười của tuổi trẻ,

Là sức khỏe của tuổi già,

Là đà của danh vọng,

Là lọng che thân,

Là cái cân công lý,

Suy đi tính lại tiền là hết ý.

- Nếu tiền đi trước, tất cả các con đường đều rộng mở. *(W. Shakespeare)*

178. TIẾNG CƯỜI

- R. Holden: Tiếng cười không thể giải quyết những vấn đề của bạn, nhưng nó có thể giúp bạn xử lý tốt đẹp hơn những vấn đề đó.

- Nếu bạn thấy một người bạn không có nụ cười, hãy lấy nụ cười của mình cho người đó.

- Mỗi khi bạn cười với ai đó, đó là một hành động của yêu thương, một món quà, một điều đẹp đẽ. *(Mẹ Teresa)*

179. TIẾT KIỆM

- Cả nước phung phí thì dạy nước tiết kiệm. Cả nước tiết kiệm thì dạy nước lấy thể nghi.

- Tiết kiệm là một nghệ thuật lớn hơn cả việc kiếm tiền. *(Germany)*

- Giàu sang chỉ đạt được nhờ những gì mà sự chăm chỉ kiếm ra và sự tằn tiện tiết kiệm. *(John Tyler)*

- Kẻ xa xỉ, thì giàu mà tiêu vẫn không đủ; kẻ kiệm ước, thì nghèo mà tiêu vẫn có thừa. *(Đàm Tử)*

- Tiết kiệm sẵn có đồng tiền, phòng khi túng lỡ không phiền lụy ai. *(Ca Dao Việt Nam)*

180. TÌM KIẾM

- Tìm ai như thể tìm chim

Chim bay bể Bắc, tôi tìm bể Đông.

- Sự thành công thường đến với những ai không quá bận rộn đi tìm nó. *(Henry David Thoreau)*

- Bạn sẽ không bao giờ hạnh phúc nếu bạn tiếp tục tìm kiếm thành phần của hạnh phúc. Bạn sẽ không bao giờ sống nếu bạn vẫn tìm kiếm ý nghĩa của cuộc đời. *(Albert Camus)*

- Tôi đi khắp nơi để tìm chỗ hành thiền; tôi chẳng biết rằng nó nằm sẵn tại đây, trong tâm tôi. Thiền nằm ngay trong bạn: sinh, già, đau, chết nằm ngay trong bạn chứ chẳng đâu xa. Tôi đi khắp mọi nơi cho đến khi mệt lã muốn đứt hơi, lúc ấy mới chịu dừng, và khi dừng tôi nhận ra rằng cái mà tôi đi tìm... nằm ngay trong tôi. *(Thiền sư Ajahn Chah)*

181. LÝ - TÌNH

- Ngoài thì là lý, nhưng trong là tình.

- Thấu tình đạt lý.

182. TRẦM TĨNH - ẨN TÀNG

- Tâm địa trầm tĩnh thì tự nhiên khoan khoái công minh.

- Một cuộc sống điềm tĩnh và khiêm nhu mang lại nhiều hạnh phúc hơn là sự truy cầu thành công một cách không ngừng nghỉ. *(Einstein)*

- Sự cô tịch rất có ích. Đôi khi ta nên đối với lòng mình mà độc thoại. Lúc đó ta có thể nghe những lời đau đớn hay dối trá êm đềm tùy theo năng lực phân trí hoặc trí tưởng tượng của ta về con người mình. *(Renhie)*

- Sống thanh thản, nhẹ nhàng từ tốn, chỉ có lý tưởng hành đạo và tu tập.

- Đừng vội vứt bỏ những cái mà bạn cho là không hoàn hảo. Hãy xem xét chúng thật kỹ, biết đâu bạn sẽ khám phá được những giá trị tiềm ẩn trong đó. *(Charles Joffe)*

183. TRANH ĐUA

- Ở đời muôn sự của chung.

Hơn nhau một tiếng anh hùng mà thôi.

(Ca dao Việt nam)

- Sự đua tranh nằm trong chính chúng ta. Tôi cố gắng tốt hơn có thể. Tôi chiến đấu với chính mình, không phải chống lại người khác. *(Luciano Pavarotti)*

184. TRI TÚC

- Biết đủ thì không nhục.

Biết lúc nào nên ngừng thì không nguy.

(Tri túc bất nhục, tri chi bất đãi)

- Đức Phật dạy: ''Biết đủ thường vui, người không biết đủ, dù ở thiên đường cũng thấy khổ'' Vì thế, bất luận chúng ta đang hưởng thụ cuộc sống giàu sang, ăn ngon mặc đẹp; hay sống trong khổ cực, ăn uống đạm bạc, miễn biết đủ thì an vui.

- Nếu ai cũng biết hài lòng với hiện tại, không tham lam hướng mãi về cái sự ''đủ'' đầy trừu tượng kia thì mọi thứ sẽ luôn luôn không thừa - không thiếu.

185. THÔNG MINH

- Người thông minh học được từ trong sai lầm của người khác, kẻ ngu xuẩn học tập trong sai lầm của chính mình.

- Nghịch cảnh có thể khiến cho con người trở nên thông minh, dù không thể làm cho con người trở nên giàu có. *(T. Fuller)*

- Dù chúng ta trở thành tài năng bác học nhờ vào kiến thức của người khác, nhưng muốn trở thành một người thông minh thì phải dựa vào trí tuệ của chính mình. (Voltaire)

- Nếu như chỉ thỉnh thoảng uống sữa, thì đừng nên mua con bò.

- Núi nhọn thì không cao, sông sâu ắt không lớn (sóng lớn)

- Một giây xích sẽ đứt giữa hai thằng khùng, một sợi tóc cũng không đứt giữa hai người khôn.

- Khôn thì khỏi, dại thì mắc.

- Khôn ngoan đến cửa quan mới biết.

- Trí tuệ bắt nguồn từ những điều kỳ diệu.

- Hiểu biết đích thực là biết rằng mình không biết gì cả. Hiểu biết là để bạn nhận ra rằng mình không biết gì cả. Đó là ý nghĩa của hiểu biết đích thực.

- Bạn sẽ trở thành người mà bạn muốn.

- Giáo dục nhen nhóm ngọn lửa chứ không phải chỉ đổ đầy con tàu.

- Để tìm thấy chính mình, hãy biết cách suy nghĩ độc lập.

- Người không hài lòng với những gì anh ta có cũng sẽ không hài lòng với những gì anh ta sẽ có.

- Hãy thật chậm rãi khi bắt đầu một tình bạn nhưng một khi bắt đầu rồi, hãy nắm giữ thật chắc.

- Dù sao thì một khi đã kết hôn, nếu lấy được người vợ hiền thì bạn sẽ hạnh phúc; nếu không, bạn sẽ trở thành một triết gia.

- Đôi khi bạn dựng lên những bức tường không phải để ngăn cách với mọi người mà để xem ai đủ quan tâm để phá vỡ nó.

- Hãy để người đàn ông dịch chuyển mình trước khi có thể chuyển dời thế giới. Điều tốt đẹp duy nhất là kiến thức, kẻ xấu xa duy nhất là sự thờ ơ.

- Hài lòng là sự giàu có tự nhiên, xa xỉ là sự nghèo đói nhân tạo.

- Đừng đối xử với người khác theo cách mà bạn biết là bạn sẽ bực mình nếu người khác cũng đối sử với bạn như vậy.

- Mỗi hành động mang lại cảm giác hài lòng đều có cái giá của nó.

- Không có cách nào chúng ta có thể sống tốt hơn là lúc đang đi tìm kiếm cách để trở nên tốt hơn.

- Lựa chọn kiến thức thay vì sự giàu có, với một số người chỉ là nhất thời, nhưng với một số người khác lại là mãi mãi.

186. TỪ BI

- Đức Phật dạy ta

Sống cho hiền hòa

Yêu người thương vật

Định luật luân hồi.

Người vật - vật người

Đều là con Phật

Thương yêu đùm bọc

Thế giới yên bình.

Vạn kiếp chúng sanh

Trọn đời an lạc.

- Có những cây mai sống trọn đời

Bên hàng tùng bạch mãi sanh tươi

Nhìn lên phảng phất hương trăm tỏa

Đức Phật từ bi miệng mỉm cười.

- Thức dậy miệng mỉm cười

Hai bốn giờ tinh khôi

Xin nguyện sống trọn vẹn

Mắt thương nhìn cuộc đời.

(Thích Nhất Hạnh)

- Bất bạo động không có nghĩa là không hành động. Bất bạo động có nghĩa là chúng ta hành động với tình thương và lòng từ bi. Giây phút mà chúng ngừng hành động, chúng ta phá hoại nguyên tắc bất bạo động. *(Thích Nhất Hạnh)*

- Từ bi là một động từ. *(Thích Nhất Hạnh)*

- Tình thương là phải ◊Từ" khả năng mang lại niềm vui và hạnh phúc, và ◊Bi", khả năng chuyển hóa nỗi khổ niềm đau. *(Thích Nhất Hạnh)*

- Mong bạn đem lòng từ bi và thái độ ôn hòa để bày tỏ những nỗi oan ức và bất mãn của mình, có như vậy người khác mới khả dĩ tiếp nhận. *(khuyết danh)*

- Từ là tâm chẳng sân si

Bi là thương hết không vì một ai

Hỷ là vui vẻ hài hòa

Xả là xóa hết đắng cay vui buồn.

Mục đích tu hành

Để chúng ta không già

Bất tử, bất cùng

Mà là vì

Để chúng ta càng thêm từ bi

Càng có trí tu

Càng đem lợi ích tới chúng sanh...

- Bởi chúng ta không thể thay đổi được thế giới xung quanh, nên chúng ta đành phải sửa đổi chính mình, đối diện với tất cả bằng lòng từ bi và tâm trí tuệ.

- Giới giữ cho thân sạch lỗi lầm

Cho tâm như ngọc dồi tâm

Cho hoa trí tuệ tươi ngàn kiếp

Cho quả từ bi đẹp bội phần.

- Từ bi là vũ khí tốt nhất của chính bạn.

- Bạn đừng đem bàn thờ ra khỏi đền thờ, cũng như đừng tách lòng thương ra khỏi trái tim. *(Pitago)*

- Người âm thầm quan tâm chúc phúc người khác, đó là một sự bố thí vô hình. Nếu có thể đứng ở góc độ của người khác để nghĩ cho họ thì đó mới là từ bi.

187. TƯƠNG NGỘ - TRÙNG PHÙNG

- Có duyên ngàn dặm xa vẫn gặp

Không duyên thì đối mặt vẫn cách lòng.

(Hữu duyên thiên lý năng tương ngộ

Vô duyên đối diện bất tương phùng).

188. VĂN HÓA

- Kiến thức uyên bác là viên kim cương.

Ánh sáng của nó tỏa ra chính là văn hóa.

- Không cần phải đốt sách để phá hủy một nền văn hóa. Chỉ cần buộc người ta ngừng đọc mà thôi. *(Mahatma Gandhi)*

- Nền văn hóa của một quốc gia nằm trong trái tim và tâm

hồn của nhân dân. *(Mahatma Gandhi)*

- Làm thầy thuốc lầm thì giết một người. Làm thầy địa lý lầm thì giết một họ. Làm thầy chính trị lầm thì giết một nước. Làm văn hóa lầm thì giết cả một đời. *(Vương Dương Minh)*

- Văn hóa khiến tất cả con người trở nên dịu dàng. *(Menander)*

- Khi hàng xóm của bạn chơi đàn lúc hai giờ sáng, bạn cũng đừng nổi giận, mà bạn đợi đến bốn giờ sáng sang gọi họ dậy và nói: ''Tôi rất ngưỡng mộ tài diễn tấu của anh''.

- Trên đời có ba thứ mà không ai có thể cướp mất: một là thức ăn đã vào dạ dày, hai là mơ ước ở trong lòng và ba là kiến thức đã học trong đầu.

- Nếu như không chịu học tập thì cho dù đi vạn dặm đường cũng chỉ là anh đưa thư.

- Trên đời không có giới hạn rõ ràng của bi kịch và hỷ kịch. Nếu như bạn có khả năng đi ra từ bi kịch thì đó chính là hỷ kịch, còn nếu như bạn đắm chìm trong hỷ kịch thì đó chính là bi kịch.

- Biết nhận lỗi và chấp nhận sửa lỗi thì bao giờ cũng tốt hơn là che đậy tội lỗi!

- Một giọt nước vẩn đục sẽ làm một ly nước trong vẩn đục. Một ly nước vẩn đục không vì một giọt nước trong tồn tại mà nó trở thành trong.

- Ai bảo dính vào duyên với bút mực

Suốt đời mang lấy số long đong.

(Nguyễn Bính)

- Đầu tư vào một người đàn ông, ta được một người chồng tốt, đầu tư vào một người phụ nữ ta được một gia đình tốt, đầu tư vào một nhà giáo ta được một thế hệ tốt. *(R. Tagore, Đại thi hào Ấn Độ)*

- Hành động dẫn dắt ý nghĩ.

Ý nghĩ sanh ra tánh cách.

Tánh cách sinh ra số phận.

Người bình thường thì luôn tỏ ra nguy hiểm

Người nguy hiểm thì luôn tỏ ra bình thường.

- Nhiều người giỏi - không giàu - nhưng không nghèo, vì không chủ tâm làm giàu - kiếm tiền.

- Đừng tự ti khi tôi giàu nhưng dốt Mà tự ti khi tôi dốt mà không giàu.

- Bạn nào giàu đứng lên? Giàu mà do tham nhũng, do Ba mẹ cho tiền thì không giàu được.

- Trung quốc đề cao chữ HIẾU như gương Mục Kiền Liên hiếu thảo với mẹ (Đại thừa đề cao tích truyện này).

Hàn quốc đề cao chữ LỄ (mẹ ăn nửa chén cơm trước, con dâu ăn nửa chén còn lại).

Việt Nam là chữ NGHĨA: Tình làng nghĩa xóm.

Kính trọng người hiền hơn là người giỏi. (Tiến sĩ không được bầu làm trưởng phòng mà bầu người hay đi đám giỗ, đám ma, chăm sóc những người xung quanh làm trưởng phòng).

-Đi tận cùng của chữ nghĩa là chữ tình.

189. VỪA ĐÁNH TRỐNG - VỪA ĂN CẮP

Vừa đánh trống, vừa ăn cắp.

190. XÃ HỘI VĂN MINH

- Xã hội ngày nay đối với tôi dường như là một cuộc lễ mừng, tất cả mọi thứ gì dẫn ta đi xa sự thật, làm cho người ta khó mà sống với chân lý, nó lại còn không muốn cho người ta tin rằng có chân lý hiện hữu.

Và tất cả những điều này thoát thai từ một nền minh tự do là tôn thờ sự sống, nhưng kỳ thực đã hết ý nghĩa đích thực của sự sống. Một người luôn luôn nói là làm cho người ta hạnh phúc, mà kỳ thực đã làm bế tắc con đường dẫn đến suối nguồn hạnh phúc. *(Sogyal Rinpoche)*

- Đức Đạt Lai Lạt Ma công bố văn phòng của Ngài đã có ứng dụng Iphone trên Apps Store, mọi người có thể đọc, nghe và xem thông tin tại đây. Khi thông tin có trợ thủ đắc lực là công nghệ thì liên minh công nghệ thông tin đã biến công nghệ, thành con quái vật khổng lồ ngày càng đầy oai lực với những tốt xấu bất phân minh mà con người gần như hoàn toàn bị phụ thuộc.

- Tôi sẽ ghi tên bạn vào danh sách tham dự. Vâng, bạn được chào đón rất nhiều khi tham gia.

191. XỬ THẾ

- Chuyện của người khác, hãy nói cẩn thận.

Chuyện của người lớn ít nói.

Chuyện của trẻ con, hãy nhẹ nhàng khuyên bảo giảng giải.

Chuyện nhỏ, nói một cách hài ước.

Chuyện làm không được, đừng nói.

Chuyện buồn, chỉ tìm bạn tri kỉ nói.

Chuyện của bản thân, nên nghe người khác nói thế nào trước.

Chuyện gấp từ từ nói.

Chuyện chưa chắc có thể xảy ra, đừng nên nói bậy.

Chuyện tổn thương người khác, tuyệt đối không nói.

Người nói càng nhiều càng tạo ra nhiều nhầm lẫn.

- Yêu mọi người, tin vài người, đừng xúc phạm tới ai hết.

- Không phải câu hỏi nào cũng cần trả lời.

- Ít ai thấy sự tài giỏi ở người đã xúc phạm mình.

- Tầm cỡ thực sự của một người được đo bằng

cách anh ta đối xử những người chẳng đem lại cho anh

ta lợi ích gì.

- Di giáo chỉ dạy có 2 chữ: Nhân & Quả.

- Phật giáo có đại hùng, đại bi, nên tranh đấu và không khuất phục những điều xấu.

- Ở cho người thương

Đi cho người người nhớ.

- Hãy kính trọng người già khi bạn còn trẻ.

Hãy giúp đỡ kẻ yếu khi bạn còn khỏe.

Hãy thừa nhận khi bạn phạm sai lầm.

Bởi sẽ có một ngày trong đời, bạn sẽ già nua, yếu đuối và sai lầm.

192. XUÂN TẾT

- Một người lạc quan thức đến nửa đêm để đón giao thừa. Người bi quan thức để chắc chắn rằng năm cũ đã qua. *(Bill Vaughn)*

- Chúng ta sẽ mở cuốn sách với các trang trắng tinh. Chính chúng ta sẽ viết lên đó. Quyển sách có tên là Cơ Hội và chương đầu tiên là Ngày Đầu Năm. *(Edith Lovejoy Pierce)*

- Xuân về trong cõi mộng

Hoa nở giữa lừng không.

- Quả dứa là loại trái cây số một vì ''mang nghĩa vận may tới nhà'', sau đó là quả cam - màu sắc tượng trưng cho tiền bạc, quả táo - tượng trưng cho sự hòa hợp giữa các thành viên trong gia đình và quả chuối - sự gắn kết giữa người thân. Ngoài những loại quả này, dưa hấu, dưa vàng, bưởi, nho và quả hình tròn đều mang lại vận may.

- Lời Chúc Tết

12 tháng tràn đầy sức khỏe

52 tuần thật tự tại

365 ngày thành đạt

8760 giờ tốt lành

525600 phút may mắn

31,536,000 giây như ý.

- Con đang bước những bước chân huyền thoại

Con đang thở những hơi thở truyền kỳ

Con đang sống những giây phút kỳ diệu

Con đang có hạnh phúc trên nẻo đường con đi.

- Năm mới ta cũng mới

Người vui cảnh sẽ vui.

193. YÊU THƯƠNG

- Các hành động sát hại xảy ra là bởi con người đang thiếu lòng thương và sự tôn trọng đối với sự sống. Một người nếu giữ trong lòng sự tức giận hoặc oán hận đối với người nào khác, chắc chắn họ sẽ đánh mất tất cả vì tinh thần và lòng khoan dung đã bị vấy bẩn trước khi mọi việc được giải quyết. *(Tenzin Gyatso - Đạt Lai Lạt Ma thứ 14)*

- Yêu thì phải có niềm tin. Tình yêu là bài học lớn về tính kiên nhẫn.

- Nếu bạn yêu ai đó, bạn sẽ có hạnh phúc, dù trong một túp lều. *(Nga)*

- Yêu thương có nghĩa là đối xử với một ai đó tốt hơn tất cả mọi người, tốt hơn với cả chính bản thân mình.

- Sẽ đến lúc bạn nhận ra rằng có những người chỉ có thể ở trong tim bạn chứ không thể cùng bạn đi suốt cuộc đời.

- Với thế giới, bạn có thể chỉ là một người, nhưng với một người, bạn có thể là cả thế giới.

- Tình yêu không bắt nguồn từ tiền bạc, nhưng tiền bạc nuôi dưỡng tình yêu.

- Chỉ có một thứ hạnh phúc trên đời, yêu thương và được yêu thương.

- Tình yêu nơi hai trái tim hòa nhập tạo nên cùng một ý

nguyện.

- Món quà lớn nhất mà bạn có thể trao cho người khác là món quà của tình yêu cho sự chấp nhận vô điều kiện.

- Yêu thương và được yêu thương là một khúc nhạc thâm trầm, nghe mãi mà không biết chán.

- Khi gặp nhau hãy bắt đầu bằng nụ cười, bởi nụ cười là sự khởi đầu của tình thương.

- Đôi khi trái tim có thể nhìn thấy những điều mà đôi mắt không thể thấy được.

- Điều tuyệt vời nhất cần nắm giữ trong cuộc sống này đó là tình thương.

- Hoa không thể nở nếu không có ánh sáng mặt trời, và con người không thể sống nếu thiếu tình thương.

- Nếu cuộc sống thiếu đi tình thương giống như một khu vườn với những bông hoa héo.

- Âm thanh hay nhất trong cuộc sống đó chính là giọng nói của những người chúng ta yêu thương.

194. XUNG ĐỘT VÀ VỊ THA

- Nhân loại đứng trước những thử thách là những xung đột:

1) Giữa nhân loại với thiên nhiên.

2) Giữa người với người.

3) Giữa người với chính cá nhân của nó.

- Tôn giả A Nậu Lâu Đà: ‹›Con không phải sống với tâm của mình mà sống với tâm đại chúng».

- Xung đột là cơn bệnh trầm trọng của nhân loại; và lòng vị tha là liều thuốc duy nhất. *(Voltaire)*

THAM KHẢO

http://www.tudiendanhngon.vn/Vforum.VN

https://chamngoncuocsong.com

https://dotchuoinon.com

https://ocuaso.com

https://khotangdanhngon.com

https://danhngoncuocsong.vn

Dr. Ven. Bhikṣuṇī TN Gioi Huong collected

Bảo Anh Lạc Bookshelf 28

GOOD WORDS
NURTURE A GOOD MANNER

Dr. Ven. Bhikṣuṇī TN Gioi Huong collected

Hong Duc Publshing

CONTENTS

INTRODUCTION

*I*n 1989, I began studying for a Bachelor's of Literature at Tổng Hợp University *(now the University of Social Sciences & Humanities at Đinh Tiên Hoàng Street, Sàigòn, Vietnam)*. I enjoyed reading books and reflecting on their ideas and I spent wonderful moments in the university's library or in a corner of the nearby temple. I especially enjoyed reading about moral philosophy and the beautiful, clear world that the authors described.

The writers used simple but profound language that expressed beautiful values which explained the true meaning of life the authors wanted to share. The words seemed to be like an abundance of golden pearls, harvested by benevolent people. Together they presented an ethical model for those to better themselves though meditation and contemplation, as L. Paxto says: "The career of a person is big or small depending on his high or low character. Happy are those who carry within themselves a beautiful ideal that they unswervingly follow".

In the 1990s, before the ever-present technology that surrounds us appeared, Google, Wiki, YouTube, cellphones, etc., I had the habit of collecting beautiful quotations, words and ideas and writing them down in notebooks. I spent all my time reading-library books, class lectures, fliers, even old newspapers I used to wrap sticky rice beans and pepper cakes stained with fried oil. I gathered them all together and cherished them in my bag, just as a collector of precious antiques, or as a baby saving every penny from her parents as Duxuya Men asserted: ''You use your wallet to save what is important, so it should include a few scraps of paper to record your thoughts and those of others. It is a small step that can help you and others achieve great things", or as Hải Thượng Lãn Ông said: "Towering mountains all started from the grain of sand".

This collection is called *Good Words Nurture (Danh Ngôn Nuôi Dưỡng Nhân Cách)* and the contents are listed under 194 topics, including hundreds and thousands of golden examples to constantly nurture the personality. Here are a few examples: "The path of life is a ladder without hiccups, learning is a book without a last page" (Kalamin), "Jade is only a pearl when it is honed. Otherwise, it is only a stone" (ancient saying), ''Gold has its price, but knowledge is priceless. The erudite intellectual is the diamond whose light shines through the culture" (anonymous). This collection of 194 proverbs or good words will help readers change their perspective about the way we live, and learn how to behave wisely, skillfully, honestly, and ultimately develop wisdom.

This book is a spiritual gift from a collector who has amassed nine handwritten notebooks, each with 100 pages, and recorded over a period of more than thirty years. Here is the collection, gathered, typed, translated into English and presented to inspire others to take up this rewarding hobby. Sincere thanks to the named and anonymous authors who created these quotations, profound, clever and occasionally humorous presented here for everyone's benefit. You will make many mistakes when collecting-wrong attributions, or grammatical errors. But remember the meanings are more important than the source. Many quotations of foreign authors, when collected in the Vietnamese language (not originally in English), should now be translated into English which must be different from the author's style. I look forward to the comments of wise readers near and far to improve the next edition.

On this occasion, we would also like to express our sincere acknowledgements to the English translators *(Venerable Bhikkhuni Giới Hương and Pamela Kirby)*, the typewriter team *(Bhikkhunī Viên Tiến)*, the Vietnamese spelling editor (Mrs. Thanh Phi) and the design, publishing and distribution of books

(Bhikkhuni Viên Quang) and many more.

Ipxen said: "Any person, a great person or an ordinary person will become a poet, if seen behind his gestures an ideal". Wishing you all to become the poets who will succeed in living up to your ideals.

Library of Hương Sen Temple

During the global Covid epidemic season

August, 2020

Bhikṣuṇī TN Gioi Huong

huongsentemple@gmail.com

GOOD WORDS NURTURE A GOOD MANNER

(Dr. Ven. Bhikṣuṇī TN Gioi Huong collected)

1. THE FRIEND

- Adversity not only draws people together but also gives rise to beautiful inner friendships. *(Soren Kierkegaard)*

- Playing with good friends is like walking among the fragrant flowers.

When going out there still is fragrance.

Play with a bad friend like the smell of oily fish.

The smell only gets worse. *(Anonymous Author)*

- Fate chooses our relatives; we choose our friends. *(Jaques Delille)*

- Be slow in choosing friends and more slowly in changing friends.

- The world is full of people, but it is difficult to find a soulmate.

2. THE COMPANION - THE ENEMY

- Adding a friend is reducing an enemy,

Even with a thousand friends still lacking, an additional enemy is still extra (no need).

- Do not be afraid of enemies attacking you. Fear those who flatter you. *(Dale Carnegie)*

- Love is the only power that can turn enemies into friends. *(Martin Luther King)*

- Honestly, it may not bring you many friends, but it always brings the right people to make friends with. *(John Lennon)*

3. THE CARELESS

- The hero died not because of the sword, but because of the buffalo's leg.

- Be careful with the little things. A small leak can sink the ship. *(Benjamin Franklin)*

4. THE UNFORTUNATE

-Unfortunate people are those who don't know how to endure unhappiness.

-The happy person is often the one to listen to while the unhappy person is the one to speak out. *(Ralph Waldo Emerson)*

5. SPOKEN APHORISMS

- After one hundred years the stone stele is worn

After a thousand years the mouth stele still intact.

- it is not what others say but what others hear that is important.

6. THE TRANSFORMATION

- The snake transforms the milk into a poison.

- The biggest change in the nature of women comes through love while the biggest change in the nature of man comes through ambition. *(Rabindranath Tagore)*

7. THE EQUALITY

- The sun shines on the grass as well as the tree. *(Persian Proverb)*

- A person is a person no matter how small. *(Dr. Seuss)*

- We are all equal before death. *(Publilius Syrus)*

8. THE DONATION

- If you continue to give, you will continue to have,

While others receive food, we receive merit.

- The donor blushes once, while those who refuse to give blush twice. *(Turkish Proverb)*

- Without charity, where are hospitals and schools?

- A miracle will manifest every day, but first we must create it.

9. EXPOSING FAULT OF OTHERS

- Do not expose and follow the fault. *(Hàn Phi Tử)*

- Blaming someone, you shut them up, you may be pleased, but their blushing and sweating is a heavy price that both of you must pay. *(Lã Khôn)*

- Those who like to rake back the leaves to find worms (expose the faults of other people), only know bad things.

- People often throw stones at others, but even the cruelest critic often calms down before the patient listener. A listener will be silent, while an angry accused will burst out like a poisonous cobra. *(Dale Carnegie)*

10. THE NAME

- Listening to the name but not yet seen.

- Women do not need beauty to affect the country, just one

man leans on her as a husband for a lifetime!

11. THE SADNESS

- A thousand drops of water may be sad,

Yet they still sparkle in the sunlight.

- If you keep traumatic emotions "stored" for too long, you will be exhausted, and unable to take a big step away.

12. LET GO OF

- Letting go of illusional objects brings the greatest victories.

- If you cannot do anything to change reality, let go. Don't be a prisoner to what you can't change. *(Tony Gaskins)*

13. HOW TO KNOW THE RICH OR POOR?

- In any society, the poor and the rich are present. The very poor or very rich are easy to recognize. For example, the billionaires whose names are listed every year in Fortune 500 Magazines, or the "poor" women whom gentlemen quickly recognize even without their glasses.

In addition, there are other rich and poor people who are difficult to distinguish if they have never had the opportunity to inventory their unique assets. Here are some examples of differences:

1. Rich men talk about playing while poor men often talk about work.

2. Rich men dress to their liking while poor men dress according to the preferences of those around them or according to regulations.

3. When they are the victim of a theft, the poor man says, "Possessions have gone instead of me" while the rich man said, "Let's give it to them".

4. On meeting bandits, rich men give them money while poor men fight desperately.

5. Poor men advise their children to pay attention to the education while rich men educate their children to care about communication.

6. Poor men buy healthy medicines for their parents-in-law while rich men buy a healthy vacation for their parents-in-law.

7. Poor men read newspapers to know what the press writes about while rich men read the newspaper to know what the press did not write about.

14. THE EMOTIONS

- Dreaming is the thought of Sunday.

- All friendly feelings towards others, from friendly feelings towards oneself. *(Aristotle)*

- Please understand and observe your mind. The mind is pure but emotion comes to color it. So, make your mind become an attachment to capture the emotions and feelings that arise, then learn to master them before you react. *(Ajahn Chah)*

15. FRUGALITY

- Tomorrow there will be a hen, today there is only an egg.

- He who does not want to bend over to pick up an odd penny is not worth a penny.

- Saving is a custom to start at an early age.

- When you have money, think about a day without it. Don't wait until the day you don't have money to remember when you did.

16. THE MINDFUL WORD

- Do not say everything you know, but always know what you say. Do not disregard anyone's advice before you first consider it.

- The three things that never return are the arrows spent, the words spoken and the days passed.

- Words you can control are your slaves.

- Words spoken without mindfulness are the ones that control you.

- Words spoken never come back.

- Everyone knows that we rarely regret because we talked too little, but often regret because we talked too much. Yet, few remember in practice.

- Who doesn't know how to hold on to the small things, will lose the big ones.

- History is not expensive but it gives us many benefits.

- If we think twice before speaking once, we will say it twice.

- No matter how short the sound of "yes" and ''no", we still need to think seriously before we say either.

17. THE CAUTION

- Caution is the oldest of wisdom. *(Victor Hugo)*

- People at play have to be humble. People at work should be cautious and when communicating, they must be honest. (Confucius)

- Ravens often have black feathers, but not all birds with black feathers are ravens. (Letxing)

- When the door is open, the wind comes in.

- Do not despise small things, a point can cause the cancer.

- When the front door of your home is wide, be careful not

to leave the back door too narrow.

- There are three things that cannot be regained in life: The words spoken, moments missed and time passed. Be careful! (Anonymous)

18. BEST IDEA?

- Do you think that you alone have the best idea while everyone else is stupid?

19. THE SUPREME

- Anyone with a golden heart, though wearing poor clothes, is still noble.

- The most noble revenge is forgiveness *(Thomas Fuller)*

- In the face of birth, aging, and death, the rich or the poor is equally powerless. A noble soul and morality are the most precious assets in life.

20. THE NOBLE

- Noble people never do anything to discredit others. *(A.N. Cason)*

- People with noble hearts are never lonely.

- With a joy, all misery is discharged.

- With a smile, all anger is dissipated.

- A moment of compassion, the envy disappears.

- A minute of love, the hatred devastates.

21. DEPENDING ON THE POWER OF TRUST

- Servants of the great people think that they are also great.

22. PARENTS

- The language of the world is like a torn bag

Yet it holds two words: Father, Mother.

- Only parents can love their children unconditionally, the rest of world must have conditions to love children.

- If the family gets along, everything will prosper.

- The Buddha taught: Worshipping parents is filial piety, the first one among the conducts we must observe.

- Do not ask for gold and riches but pray for your children and grandchildren to be good.

- The United States has 350 million people[1] but each of us has only one Mother. Humanity has more than seven billion people[2], but each one has only one mother. The world has seven wonders, but none is as wonderful as the immense heart of a mother.

- A person without a Mother's love is like a tree without its core. *(French Proverb)*

- Vu Lan's season comes back every year in the warm human emotion, emphasizes the sacred love of the noble Mother and Father. In the same sense that we are here today to attend the ceremony whether we have the Mother and Father to attach red roses on our shirt as our traditional Buddhist custom or white roses on shirt for those whose parents are died. We sincerely pray for our parents' present health and well-being as well as praying for our deceased parents born in the Pure Land. Only then we fully express our gratitude and repay to parents in the Vu Lan *(the Parents' Day)*.

- Mother's Day: Our mother's heart is the greatest and most sacred. May mothers today always be happy, healthy, beautiful,

---

1   United States Census Bureau, Eurostat: 328.2 million in 2019.
2   Humanity faces both opportunities and challenges with 7 billion people. https://thanhnien.vn/the- gioi/the- gioi-7-ti-nguoi.

gentle, tolerant, loving, protective of us as their inherent hearts will always shine throughout this world.

23. HARDWORKING

- Learning is not attained by chance. It must be sought after with ardor and attended to with diligence. *(Abigail Adams)*

- Genius is one percent inspiration and ninety-nine percent perspiration. *(Thomas Edison)*

- What we want to do comfortably, we must first learn to do diligently. *(Samuel Johnson)*

- Talent is cheaper than powdered salt. What makes the difference between talented and successful people is hard work. *(Stephen King)*

- Desiring to succeed without working hard is like trying to harvest without ever planting. *(David Bly)*

- Hard work is the mother of good luck. *(Benjamin Franklin)*

- The hardworking bee has no time to be sad.

- Whoever works is always fresh.

- Knowing what to do is not enough, there must be the courage to do it.

24. TRUTH

- Virtue is the basis of everything and truth is the essence of all virtue *(Mahatma Gandhi)*

- Read yourself instead of reading book. Truth is not outside, truth is memory, not wisdom.

Memory without wisdom is like an empty thermos bottle. If you don't fill it, it is useless. *(Ajahn Chah)*

- Truth is the child of time. *(Ghelo)*

- Truths should include both the truth that need to be spoken and the truth that needs to be kept silent.

- We cannot boast of grasping a truth when we do not yet know how to fit it into our life.

- When everything has passed only the truth remains. *(Anonymous)*

- Truth like the sun may be clouded, but it is only temporarily covered. *(K. Bo)*

- There is no nobility where there is no truth.

- The true meaning will lose its value, if expressed awkwardly. *(Vonter)*

- Truth is a light that dazzles, while falsehood is like the sunset which makes everything beautiful. *(Camuy)*

- My business is not easy on others. My job is to make them better. *(Steve Jobs)*

- Half of the bread is still bread, but half the truth is no longer true.

- This life is inherently unfair, so its hair is curved (not straight).

- If we are rich, they will hate us; if we are hungry, they will despair; if we are smart, they will destroy us.

- Do not think the small pond is as a prison and the mountain is as high (depending on our mind).

25. SINCERITY

- Sincerity is the source of all good.

- Without sincerity, everything would be worthless. *(Anonymous)*

- Only those who have learned the power of sincerity and selfless devotion can experience the profound joy of life: Fullness. *(Tony Robbins)*

- The most heartbreaking thing is living in a life where no one needs you, no one understands you. It is better you live your whole life and still do not know who really needs you, who really understands you (it is hard to find a soulmate). *(Lanvinla Tumblr)*

26. TO DECRY

- When full of jealousy, people decry everything both good and bad. *(Tacitus)*

- We flatter to the face, but criticize the back. *(Zhuang Zi)*

- Listen to the angry criticism to find detractors, but listening just to the compliments, you will be deceived by flattery. *(Văn Trung Tử)*

27. COMMENDABLE

- The one who criticizes me correctly is my teacher

The one who compliments me justly is my friend.

But those who caress and flatter me are my enemies. *(Tuân Tử)*

- If I live sincerely, conscientiously, and my conscience is not free of guilt, regardless anyone who wants to criticize or praise. (Anonymous)

28. THE DEAD

- Live just for the day, and you are waiting to die.

- Everything can be done, except death.

- Big belly but short life. Small belly but long life.

- Quiz: What do the dead think? Peace and silence.

- Death is the most terrible disaster of all, yet it is nothing. Because when we are alive, death does not exist, and when death come, we are no longer alive.

So, death does not touch the living nor the dead. Because

for the living, death has not come, and the dead do not suffer because of it... Taking care of a beautiful life is also taking care of a beautiful death. *(Epiquya)*

- Death is probably the greatest favor to mankind.

- I think that death is the most wonderful invention of life. It eliminates the old isolated models. *(Steve Jobs)*

- It is not important what it says on your tombstone. It is important that every night when you go to bed, you can confidently say that you did something meaningful that day. *(Steve Jobs)*

- The meek person is not sad because he is dead, but only worried about the lowdown country.

- Although there are trees on the mountain living hundreds of years,

But few people live up to a hundred years.

- The greatest law of Nature is that Nature creates life from death. *(Herman Melville)*

- The fear of death is the most unreasonable fear, because the dead have no risk of an accident. *(Albert Einstein)*

- Extreme silence leads to sadness. This is the image of death. *(Jean Jacques Rousseau)*

- We have no time to do many things, so everything we do must be truly great. Life is short, and then you die, you should know that it was not wasted. What we do while alive is so good that should be worth the price. *(Steve Jobs)*

- Death is nothing. It is only scary to the living. *(Victor Hugo)*

- Remembering that I'm going to die, it's the most important tool I've ever had to help me make big choices in life. Because almost everything - all frivolous hopes, pride, fear of hurt or failure, all of these will fade away when faced with death, leaving only what is important.

Remembering that you will die, that's the best way I know to avoid the trap of thinking that you still have something to lose. You really have nothing.

- The fear of death comes from the fear of life. The person who lives his or her best is always ready to die at any time. *(Mark Twain)*

- Nobody wants to die. Even people who want to go to heaven don't want to die to get there. Yet death is the destination for all of us, no one can escape. And so, because death is probably the best invention of life, it is a change agent of life. It clears out the old to make way for the new.

Right now, this body is you, but one day not far from today, you will gradually grow old and be erased. I'm sorry if that sounds exaggerated, but it's completely true. *(Steve Jobs)*

- Death is truly a great blessing to humanity, without it there can be no progress. Immortals will not only hinder and discourage young people; they also lack the stimulation necessary to create. *(Alfred Adler)*

- Most people die before the truth is born. Creativity means being born before death. *(Erich Fromm)*

- Cowards die many times before death; brave people only experience death but once. *(William Shakespeare)*

- Everyone has to do two things on his own: discover his belief and prepare for his own death. *(Martin Luther)*

- I'm not afraid to die because I don't believe in it. It is getting out of one car and getting into another. *(John Lennon)*

- The courage we crave and are proud of is not the courage to die well, but to live and live. *(Thomas Carlyle)*

- Death comes to all people, but it is great achievements that will make one live forever until the sun becomes cold. *(Ralph Waldo Emerson)*

- The ultimate meaning of all stories is that they have two sides: the continuation of life and the irresistibility of death.

(Italo Calvino)

- Only those who are not afraid of death are worth living. *(Douglas Macarthur)*

- Death never surprised the wise man, he was always ready to go. *(La Fontaine)*

- It is not important how you die but how you live.

Death doesn't matter because it happens so quickly. *(Samuel Johuson)*

- Death - the final sleep? No, that is the last awakening. *(Walter Scott)*

- Everyone loves you when you lie six meters below the ground. *(John Lennon)*

- We are born, we live at a glance and we die. Things have been going on like that for a long time. Technology does not change that much, if it is not completely unchanged. *(Steve Jobs)*

- The dead's name lives forever because it has been remembering forever. *(Henry Drummond)*

- People don't die when they should, but when they can. *(Gabriel Garcia Marquez)*

- Death is not the end if we can live on in our children and generations. Because they are us, our bodies are as the yellow leaves on the tree branches of life. *(Albert Einstein)*

- Only virtue becomes majesty in death. *(Edward Young)*

- People who are about to die always tell the truth because they are not as deceived as the living who always think that they have time to hate, fake, be angry and then love.

- Death is only a mental state. Only it doesn't give you much time to think about anything else.

- Death merges as well as separates; it silences every little emotion. *(Balzac)*

- Death is the dissolution of the body. But living is not just the existence of the body. Many people who are still alive seem to be dead. Many died and still lived in the memory of everyone. *(Trịnh Công Sơn)*

- Death that passed down to posterity. In life, if one has a bad reputation then it is better to die. *(Nguyễn Thái Học)*

- We first understand death when it touches our loved ones. *(Madame de Stael)*

- The best place where a person can die is where he dies for someone else. *(James M. Barrie)*

- Sometimes we have to become weak to realize how strong we are. We have to cry to appreciate the smile. Our hearts must be sorrowful to appreciate happiness. But we cannot afford to undergo death to appreciate life.

- Death is a challenge. It reminds us not to waste time ... It reminds us to express our love to each other right now. *(Leo Buscaglia)*

- Not many people have ever come across death passing by in some way. Some people have not been touched by it yet because it stays awake during the night, but where along the path of life, most of us will eventually be robbed of someone close and very dear, and we will all have to face it one that day. *(Richard L. Evans)*

- If you are afraid of diseases, if you are afraid of death, observe where they come from. They are from birth. So, don't be sad when someone dies. Their suffering in this life is over. Death is a natural journey.

If you want to be sad, be sad when someone is born: ''Such a pity! They are here again. They are going to suffer and die too''. *(Ajahn Chah)*

- You must die a few times before you can gain life. *(Charles Bukowski)*

- No real estate is permanently assessed by the grave. *(Mark Twain)*

- Some people die so that they never have to start living. *(Henry Van Dyke)*

- In life there is no winner, because death comes and defeats them all. *(Tolkien)*

- I carry death in my left pocket. Sometimes I take it out and say to him, "Hi honey, how have you been? When you come here? I will be ready". *(Charles Bukowski)*

- The call of death is also the call of love. Death can be sweet, if we respond with conviction, if we accept it as one of the greatest eternal forms of life and transformation. *(Hermann Hesse)*

29. TO ENDURE

- If you want to be the best person, you have to endure the most bitter of bitterness. *(Chinese Proverb)*

- Endurance and apathy are the last virtues of a dying society. *(Aristotle)*

- Seeing so many people cannot arbitrarily expose them; when hating a lot of people, it is not easy to turn around. Sometimes, life wants to force us to become indifferent, patient, tolerant. *(Weibo)*

- I am sure of this, that you only have to suffer to conquer. You just have to be persistent to save yourself and to save everyone who relies on you. You just have to keep going, and at the end of the long or short way, victory and honor await you. *(Winston Churchill)*

30. DO NOT LOSE THE ORIGINAL

- When eating marshmallow shoots, remember the person who planted them.

- A little kind work, a little love, we will turn the earth into a paradise garden like heaven.

- A person who is too preoccupied with small things often becomes helpless for big things.

- Give me your arm rather than the ready net.

- Most people waste part of their life trying to show the qualities they don't have.

- The more we climb up the social ladder, the darker the nature of the thicker mask.

- Nice clothes can help disguise, but stupid language will reveal a fool.

- Each person should seek what is inherent, not what he thinks should be.

- A person's worth is not in what he has, or even what he does, but in his nature.

- The expression a woman has on her face, more important than the clothes she wears.

- Evaluate your nature by what you do in a dream.

- People who rush to judge based on appearances rarely see the nature of things. A person's nature does not depend on the latest conversation but on the whole relationship.

31. NON-SELF-CONTROL

- Approaching to the world, who is not affected Friendly to people, who does not suffer because of people.

- No self-control with his emotions.

Difficult to overcome before the emotions of people.

- With desires, all are attracted

With boredom, it is easily pushed.

- Axiom: "If anyone gives me a stick, I will raise the earth".

Me: "If anyone gives me a stick, I will lean on it forever".

32. THE PAGODA

- A glimpse of the village scene

There is a red road running around

There are the bamboo trees with souls of mountains and rivers.

My quiet temple is full of sunshine...

The temple roof protects the soul of the nation

The eternal life of ancestors.

(''Remember the Pagoda - Nhớ Chùa'', Huyền Không)

- The pagoda is raised in a village

Listen to the bell ring at morning and night.

- Children have fun at home, old people are happy at the pagoda.

33. AUTHORITY

- Not yet authority but he has already threatened his companion.

- The mouth of the officer has a steel power.

34. LONELINESS

- People with noble souls are never lonely.

- I live with painful loneliness in my youth, but sweet in my adult years. *(Albert Einstein)*

- Loneliness is scary, but not as scary as feeling lonely in a relationship. *(Amelia Earhart)*

- The problem is not really lonely, but loneliness.

Can a person be alone in the middle of a crowded punch? *(Christine Feehan)*

- People choose to be alone, not because they do not open their hearts, but because no one gives them confidence and truly accepts them.

- Loneliness is the path that fate tries to lead people to themselves. *(Hermann Hesse)*

35. OPPORTUNITIES

- Don't assume opportunity will knock on your door twice.

- Opportunities come to everyone, but few people can seize them. *(Edward Bulwer-Lytton)*

- Pessimistic people let opportunities sink into difficulties; optimists turn difficulties into opportunities. *(Harry Truman)*

- Chance is a pseudonym that God uses when he does not want to sign his real name. *(Anatole France)*

- The future has many names: For the weak, it is impossible to achieve; for a fearsome person, it is Anonymous; and for those who are brave, it is an opportunity. *(Victor Hugo)*

36. SOLITUDE

- When giving up unfavorable places, chaotic emotions gradually fade; in the absence of distractions, the dynamic activities develop naturally. When awareness becomes clearer, faith in the Dharma grows, Refuge in solitude is the practice of a Bodhisattva. *(Dilgo Khyentse Rinpoche)*

- In a solitary place with no enemies to defeat, no relatives to protect, no people to respect, no retainers to look after, in addition to subduing your mind, what else would you do there? *(Gyalse Thogme)*

- Solitude is very helpful. Sometimes we should face our hearts and monologue. At that time, we can hear the painful words or peaceful lies according to our ability to distract or our imagination about who we are. *(Renhie)*

37. HUMAN BEING

- Value is in human being, not dignity. *(V. Ugsoly)*

- When boys are near each other, they listen while girls look at each other.

- Born as a strong man, no matter how hard he will pass high mountains and deep rivers.

- Those who know others, are the sinkers

Those who know themselves are wise.

Those who conquer others, those who have strong.

Those who conquer themselves, they are tenacious.

(Lao Zi)

- People from the abyss still save those on the shore,

In the depths, there is the courage.

- From his face and his clothes to his soul, and his thoughts, he must be beautiful. *(Seep)*

- It is hard to be born as a human being, It is easy to carry a person's name. *(Stalin)*

- A wise man shows a face

Foolish people display limbs. *(Tây Nùng)*

- The deeper soul than the sea

The closed stomach more chamber

- Intellectually talented people often try to look foolish.

- A stupid man looks for a remote area,

A wise person comes to the crowed place. *(English Proverb)*

- Straight tree felled first

Sweet wells have run out of water.

- Flies like to get dirty

Bad people like to contact with the dishonest ones.

(Cambodia)

- Short people crawl under the fence, tall people wade through the water.

- The sun of the living does not warm the dead. *(Lamactin)*

- During a lifetime, not a minute is wasted being superficial and indifferent to people. *(Pirarep)*

- People only live fully while living for others. *(Gygo)*

- Pray for us while other people are suffering

Congratulate the buyer, pity the seller.

- People who mock others never pay attention to their own faults.

- Don't mind the bad person behind your back.

Because their place is where they belong.

- Water does not accumulate on high mountains, good people do not gather hatred.

- All great people are humble.

The stronger, the gentler; the more intelligent, the more humble

Those with a golden heart, though poorly dressed, are still noble.

- People who are choosy carefully, never satisfied.

The deep river is always quiet

Good people are humble

Stupid people take too much.

38. FAIRNESS

- If you absolutely insist on the right to live a successful and happy life, you have been born on the wrong planet. *(Maxwell Maltz)*

- You will regret many things in your life, but you will never regret being too good or too fair. *(Brian Tracy)*

- The immovable foundation of a nation is fairness. *(Dindare)*

- If we love each other keep inside, the community service will put out. *(Vietnamese Folk)*

- My God does not protect anyone.

The sun and moon do not enlighten any home. *(Gia Ngũ)*

39. DEDICATION

- Whoever dedicates his life to good deeds is to live longer than his age.

- The measure of life is not that it is long or short, but where you use it.

- The life of good people is the eternal youth.

People who live long are not the elderly but the people who know how to use their lives well.

- Heaven vows to be a winged bird

The Earth vows to make tree branches.

- As the Buddha was about to enter Nirvana, a young samanera (a novice monk) kept looking for a secluded corner to meditate, refusing to contribute any effort.

Someone reported this to Buddha. Buddha asked that samanera the reason why he did not help when Buddha entered Nirvana.

The samanera replied: "I think I want to be enlightened while the Buddha is alive. That is the best way to repay the Buddha". The Buddha turned to face the masses and ordered, "You all go to work to follow the samanera".

40. SUFFERING

- Mother sweating, child sweating. Big sweating, small sweating.

- The more fame, the more difficult and arduous the path. The brighter the future is, the more pitfalls there will be.

- You must love your work; then, even the hardest labor will be raised to the level of creativity.

41. CUDDLING GESTURES

- Cuddling gestures always achieve results better than violent force.

42. THE OLD - THE NEW

- The old is not new, the new is not known.

43. A LIFE

- This life is short, do not spend... even a minute for people or things that make you sad.

- Life is like a book, and every day you are a book page, the more good pages... the more the books make sense.

- The afflictions in life are encapsulated in these words: Do not let go, do not think through, see no comprehension, forget it.

- Being born is a very simple task, but living in the world is very difficult.

- Only the life of those who do not know the boundary between the "mine" and the "yours" is peaceful.

- People do not live twice, but there are many who do not know how to live once.

- Human life must always be like the river flowing in front of me. Still the same river, but the water is always renewed.

- A young woman said she does not care what others say and it is important that she do what is right and knows what to do. Sometimes she posts photos of her travel, sharing the happiness of enjoying her life.

- Don't cry because it's over. Smile because it happened.

- Life has two principles:

 1. Never give up.

 2. Always remember the first principle.

- Life is not a simple talk; life is a duty. *(Sue Davey)*

- The purpose of life is a life full of purpose. *(Robert Byrne)*

44. RELIEF

- A piece of the hungry in a package when we are full.

- Small donation as a hair but with deep gratitude.

- Life becomes more difficult when we live for others, but it also becomes more beautiful and happier.

45. MEN

- Men are like music. Confine, he flees. Do not force him to love, he will hate. Do not order him to make love, he will sin. Do not force him, he will betray.

Only freedom can be used as chains to keep that person. Release the bird, the sky is its home and can manage the unmanageable soul and its love.

- The weakness of a man has made a woman strong.

46. HONOR

- An honorable man keeps himself steadfast in pursuing an ethical ideal even if it is inconvenient, unprofitable or even dangerous. *(Walter Lippmann)*

- Everyone considers their life precious; but good people value their name much more than life. *(William Shakespeare)*

- I would rather fail in honor than win by cheating. *(Sophocles)*

- Honor is like a gem, even a very small stain blurs its sparkle and it loses its full value.

- Reputation is the fragrance of heroic deeds.

- The beautiful heritage is a revered name.

- Keep the clothes that you sew

Keep your reputation right from the start.

- Shortness is my day, and immortality is my reputation.

- Reputation holds its glory through the dark night.

- Honor is revived even in the grave. Reputation is what people think of us. Humanity is what heaven and angels know about us.

47. ADVANTAGES

- Honor is as a wind wafting past. *(Nguyễn Bỉnh Khiêm)*

- When money speaks, the truth is silent. *(Russian Proverb)*

- I never seek success for fame and money. Talent and passion lie in the new precious success. *(Ingrid Bergman)*

48. A BAD NAME

- When you depend on makeup, that is who you are.

Flirting will affect your afterlife.

- Harm of alcohol: Strong alcohol is often white; but it causes blushes and darkens honor.

49. THE PROMINENT

- People are like flowers which often smell good. *(Vietnam)*

- Human life is like a poem, its value does not depend on the length. *(Senec)*

- There are flowers to celebrate flowers, there are buds to celebrate buds. *(Vietnam)*

- How to like cinnamon on the mountain.

Dried for a hundred years, it still smells good. *(Vietnam)*

- Strange fragrant flowers Fragrance spread to the roots, the husband is also fragrant. *(Vietnam)*

- Elephants die and leave bodies; tigers die and leave skin; people die and leave fame. *(Laos)*

50. THE REPUTATION

- One must do many good deeds to turn a good reputation - only one bad thing and we can lose it. *(Benjamin Franklin)*

- The person who does not take a bath, has a bad smell. Reputation and honor come from the genuine comes with their natural. *(Chinese Buddhist studies)*

- A wise man never depreciates his life for the sake of his good name. *(Lao Zi)*

- Religion that can say it out, is not the eternal religion (because the enlightenment is inherent without words).

Name can be called out, is not the last name.

Lao Zi advocated: ''Teachings without words''.

Shakyamuni Buddha raised a lotus flower but only Mahākāśyapa realized the enlightened core at the Buddha's flower and replied with a smile. *(Lotus Sutra)*

51. ETHICS

- There is never a truly great person who is not truly a moral person. *(Benjamin Franklin)*

- A person who is only truly virtuous when he submits to the urge to help all the beings that he can help, but backs down without hurting anybody. *(Albert Schweitzer)*

- Knowledge becomes cruelty if the goal has no morality. *(Plato)*

- Doing good deeds, helping people with kindness and morality will bring good results, making your souls and other people's souls cool and happy. *(Ajahn Chah)*

- The dragon is sacred, but when it reachs the shallow water, shrimp and fish despise it. The tiger is majestic, but when he strays down to the plain, the dog will despise it. *(Tân Quảng Hiền)*

- Silver is lighter than gold, gold is lighter than morality. *(Horax)*

- The strong are not the ones who step on others' shoulders to satisfy selfishness. The strong are those who put others on their shoulders. *(Nam Cao)*

- Hungry for pure, torn shirt for honest. *(Vietnam)*

- Less praising is a big sign of normal people. *(Vororago)*

- Germany is small but has a high position and a mind. *(Confucius)*

- Sweet benevolence is a sign of nobility. *(Tagor)*

- Ethics always wins the mighty spirit but the lack of virtue is sometimes a sign of feeble morality. *(Hàn Tín)*

- Everyone should keep a little kindness to see each other later. *(Confucius)*

- Loving someone who offended you is the virtue of a great man. *(Maro Orela)*

- Laugh at people do not laugh too long.

Laugh at people today, they laugh at us the day after.

(Brother)

- Rich changes friends, luxury changes wife. *(Vietnam)*

- Charity is not to throw a bone to a dog while we are full, but to throw the bone to a hungry dog while we are just as hungry as a dog. *(Nguy Nguy)*

- If you can't obey, then you shouldn't dare to order. *(Davit Guranisovili)*

- Did not help the rower.

Do not get your feet in the water. *(Cambodia)*

- Those who allow themselves to close their eyes to evil things will soon hide the bad things in front of everyone. *(Ru Xô)*

- In the stream of insults, the most infamous is slander by anonymous mail.

That was the action of the bandit who lurks in the bush to surprise the traveler. *(Dilatena)*

- Detractor comes when we succeed,

When moral is high then criticism arrives. *(Hàn Dũ)*

- To be eager to help is to be doubly helpful. *(Russia)*

- Holding your hand is good but better than opening it (to help others generously). *(Ratitbon)*

- Sucking blood will dirty the mouth. *(English)*

- Find bad habits in yourself. *(Franklin)*

52. STRUGGLING

- Fight with adversity and conquering them is the greatest happiness of man. (Samuel Johnson)

- Life is inherently difficult, challenging, and disappointing. Be brave to overcome to always be yourself, and do not let anything obscure dreams, beliefs, and ambitions. *(Anonymous)*

- The most rugged oak tree in the forest is not the oak tree shielded from storms and sunlight. It was the oak tree standing in the spacious place, where it struggled for survival against the wind, rain and the scorching sun. *(Napoleon Hill)*

- All the great things that have been mocked, condemned, lashed out, pinched in the past, only to rise above and beyond the struggle, stronger and more victorious. *(Nikola Tesla)*

- The past is experience, the present is a struggle, the future is mine.

- Develop success from failures. Discouragement and failure are two of the surest stepping stones to success.

53. THE CONSEQUENCE OF KILLING

- Killing a body must repay for a life (the cause-effect),

Eat eight gram of flesh to repay a kilogram.

54. THE BEAUTIFUL HONEST

- Beautiful not because of beautiful body, but because of making beauty.

- Beauty is a fading flower.

- Truth stops before wisdom while beauty goes deep into the heart.

- Beauty is not appearance. It is light shining from within. *(Charles Bukowski)*

55. POSITION

- The important thing is not where we stand, but where we are going.

- You don't have to hold a position in order to be a leader. *(Henry Ford)*

56. PREJUDICE

- Only an idiot or a dead person will never change their mind *(prejudice)*.

- Start your day without prejudice. If you are a leader, this is even more important, because leadership's prejudice is the biggest obstacle to employee development.

- Stubborn and conservative is the most sure evidence of stupidity. *(J. B. Bactong)*

57. THE UNION

- A swallow cannot make a spring,

A star does not lighten the night

A ripe rice should not be a harvest.

- Fat buffalo pulls skinny buffalos,

- A tree fails to grow, three trees bunched onto a high mountain. *(Vietnamese Proverb)*

- The willow tree will fall with the wind and grow, until one day it will become many willowtrees, a wall of windbreak. *(Frank Herbert)*

- A drop of water separates from the ocean to find a temporary rest, but a drop in the ocean does not know the rest.

- Two dogs can kill a lion.

- Broken teeth make cold lips.

- Birds of a feathers stick together.

- Fish want to live differently from the fish that have jumped on the shore and died.

Tigers who want to live differently from tigers leave mountains, go to the plains and are caught.

- Five continents, a market, and four seas make a (global) house.

58. THE READING

- Everything is trivial, only the most noble reading.

- Some people say they only live once, that's because they haven't read books.

- Reading books for the mind is also as necessary as exercise for the body.

- Two ways to be happy:

Using money to buy things that will make you happy;

Use knowledge to know you are happy with what you have.

59. KNOW HOW TREATING WELL

- When joy appears, all sadness is over

A smile gives, everything voraciously dissipated

A compassion, how envy suddenly turned off

A pity, the hatred was devastated.

- Just know that, when you really want to succeed, you will never give up, no matter how bad things are. *(Anonymous)*

- Be responsible for your life. Know that it is you and no one else who will take you where you want to go. *(Les Brown)*

- The things I've done, I don't regret. I only regret what I have the opportunity to do but not alone. *(Anonymous)*

- Challenges are what make life interesting and overcoming challenges makes sense of life. *(Joshua J. Marine)*

- It's hard to wait for something you know can never happen, but it's even harder to give up something you want. *(Anonymous)*

- One of the most important secrets to success is to set a rule to do what you know you should do, even if you do not want to. *(Anonymous)*

- Good things will come to those who wait...

More wonderful things will come for those who start working and do anything to make them a reality. *(Anonymous)*

- Happiness is something that cannot be obtained, possessed, earned or worn. It is the spiritual experience of every moment we live with love, honor, and gratitude. *(Denis Waitley)*

- To succeed, your desire for success must be greater than the fear of failure. *(Bill Cosby)*

- Go to the place where you are welcome, not where others suffer from you. If they can't see your true worth, it's time to make a new start. *(Anonymous)*

- The best revenge is a great success. *(Frank Sinatra)*

- I am grateful to those who said NO to me. Because thanks to them, I did it myself. *(Albert Einstein)*

- The only way to do a good job is to love your work. If you haven't found it yet, keep looking. Do not stop. *(Steve Jobs)*

- Life is short, live every moment. Love is very rare, hold on tight. Anger is not good, get rid of it right away. Fear is very bad, let's face it. Memories are always sweet, please cherish them. *(Anonymous)*

- When you say "Too hard" it means: "I am not strong enough to fight for it". Stop complaining immediately. Think positive! *(Anonymous)*

- Life is like taking pictures. You need blur to create a great picture. *(Anonymous)*

- Do not worry about failure, worry about the opportunities you miss when you are not trying. *(Jack Canfield)*

- The pain you feel today will be a source of strength for you in the future. Each challenge will give you the opportunity to grow. *(Anonymous)*

- Build your own dream, otherwise someone else will hire you to build their dream. *(Farah Gray)*

- The only thing that comes between you and your dreams

is the will to try and the faith to be able to do it. *(Joel Brown)*

- Every person passing through our life teaches us something... Some lessons are very painful, some are not... but all are priceless. *(Anonymous)*

- Happiness does not mean that everything is perfect. It means that you have decided to look beyond the defects. *(Anonymous)*

- Nobody has written a plan to make himself empty, fat, lazy or stupid. That's just what happens when you don't have a plan for yourself. *(Larry Winget)*

- Although no one can come back and create a new beginning, anyone can start from now and have a new end. *(Carl Bard)*

- When the past called the name, put it into voicemail, believe me, it cannot say anything new at all (important to focus in the present without the past). *(Anonymous)*

- Number one principle of life: Do what makes you happy. *(Anonymous)*

- Stay away from anything or anyone who takes away your joy, because life is too short to suffer fools. *(Anonymous)*

- Always remember that someone will be happy even if they have less than what you have. *(Anonymous)*

- The biggest failure you can encounter in life is never trying. *(Anonymous)*

- Nobody let me succeed. I had to find and take it by myself. That's why I'm standing here. To tame. To conquer the world and me". *(Anonymous)*

60. THE SAME IDEAL

- Big ideas often meet.

- A poet came from downstairs and recited poetry: Rain and wind outside.

The son who did not know anything about the poem,

responded: Daddy! Where did you put the mosquito net? (Dad is romantic while son is realistic.)

61. SIMILAR BEINGS

- The greatest crime is indifference towards people. *(Bernard Shaw)*

62. BRAINSTORMING

- Brainstorm and be ahead of time. *(Bill Gates)*

63. VIRTUE

- Virtue is making people lovable in life, and remembered after death. *(Graxian)*

- Great virtue is difficult to find. *(Fenelon)*

- The serenity of the soul is converted and confirmed by the price of virtue. *(Pixarep)*

- Moderation is the thread that connects all the pearls of virtue.

- I will cultivate a virtuous tree for you.

- There is no poverty where there is virtue and there is no wealth or honor where there is no virtue.

- It is virtue that makes history so noble. *(Fenel)*

- When you try your best and they still don't feel virtue, then stop. Live for what is worth more.

- Women should not rely on beauty, because it will fade over time.

A woman with a beautiful mind is the most beautiful woman.

Eight Prayers to Grow Personal Humanity

1. Let me be humble,
Respect everyone,
I find myself small,
The practice is still worthy.

2. Open your arms wide,
Know how to share offerings,
Know how to help love,
For the poor people.

3. Please calm me down
In the face of adversity,
Although scolded by words,
Or by the machinations.

4. Please make me happy
When you see successful people,
Or create a blessing,
For yourself.

5. Please circle of craving,
Leaving my life,
For my heart,
Loves all.

6. Please let me stay,

Be willing to practice spiritually,

Not a moment of forgetting,

Not an hour of distraction.

7. Please respect all virtues,

With deep meditation,

With miraculous wisdom,

Transform gradually the ego-ness.

8. Please wake me up,

Neither proud nor arrogant,

No matter where I progress,

I still find the negative in mine to correct.

64. VIRTUE WINS THE BAD FATE

- The virtue can win or transform the bad fate.

- Southern pain but cure at North, the illness can be healed. How it is wonderful virtue!

65. TALENT

- Talent and morality are parallel which make the Buddha smile.

- Talent and virtue are valuable as gold; those have talent, but lacking virtue, the bad name remains forever.

- Fame and interest attract everyone, it's not easy to add more color to life.

- Holy saints enjoy the gentle ecstasy,

The virtue people like the boundless scenes.

66. LUST

- Conscience is the voice of the soul; passions are the voice of the body.(Jean Jacques Rousseau)

- The heart is a small thing, but desires the great matters. It is not sufficient for a kite's dinner, yet the whole world is not sufficient for it. *(Francis Quarles)*

- Lust is the pain of seeking remission through possessiveness.

Desire is a pain which seeks easement through possession.

- The more you are satisfied, the more excited you are. *(Guy a Sada)*

- Greed like a waterfall, it does not look back.

- Greed is bottomless, the sky is plague.

67. VIRTUE AND GLORY

- Sow virtue, reap glory.

68. DO NOT LOSE THE FAITH

- A small blemish can destroy the value of a gem.

- Sometimes life will throw bricks at your head.

Do not lose faith. (Steve Jobs)

- Trust is like an eraser, it will wear away after with every mistake we make.

69. BE PLEASED

- To be appeased by this person but unpleased at that person.

70. JEALOUSY

- Certainly, there are people who hate me, but best of all there is no one I hate.

Certainly, there are people who hate themselves, but best of all, when there is no one to hate.

- Don't go to hell because hell is full.

- Jealousy of others devours us the most.

- You cannot be jealous and happy at the same time.

- Don't be jealous of anyone before you know how they ended their life.

- In this mountain, it is thought of low, by the high mountains.

- It's easy to hate what I can't have.

- Jealous people decry everything, good or bad.

- The work is finished, then detractors emerged, but conviction is high then decry.

- Do not hate anyone, do not flatter anyone, then nothing becomes not good.

- The greatness is that you don't feel jealous when you see others achieve the success that you desire.

- No one can make you jealous, angry, hateful or greedy, unless you allow it. (Napoleon Hill)

- The higher I fly, the smaller I am in the eyes of those who cannot fly. (Friedrich Nietzsche)

- The few whose actions are envied by the masses who just observe. (Jim Rohn)

- The few who act are the jealous objects of the just watching. (Jim Rohn)

71. CHEATING

- Small alligators shed tears before swallowing,

If you borrow a majestic lobster to thread monkey,

Flies on the tail are a sign showing off.

- Misleading to turn off the light of a tiled house to make it look like a cottage,

At night owls loom, so do as well as fairies.

- Hide from angry people quickly, but you should hide from perpetrators forever.

72. EFFECTIVE EDUCATION

- Truth is like drinking bitter water, the taste is not good but it has the effect of restoring health.

- In teaching children, a gentle hour is more effective than a rigorous year.

- Concise speech makes a strong impression.

- Hurry is needed, but hurrying is bad.

73. ACTION

- Working is the best way for us to love life. *(G. Ronang)*

- Weak speaking, strong worrying. *(Bonbon)*

- The strong person uses labor; the weak person uses a plan. *(Russia)*

- Lie upside down. *(Vietnam)*

- Job lovers always find their work is not perfectly lawed. *(Xpodli)*

- Denying does not seem difficult, but it is difficult to do. *(H. Detuso)*

- A good book or a good word can do help, but a good example persuades the heart more eloquently. *(Confucius)*

- It is important not to go quickly but to go forever. *(Plutac)*

- A small spark burned the forest. *(Pho Xilido Mailop)*

- Assimilate what your predecessors did and go further. *(X

Ton Xtoi)

- Do not close your eyes to sleep, if you have not reviewed the past day's work. *(Victor Hugo)*

- Only someone who does not work at all and never worked all his life is despicable. Dying in a swamp is as easy as dying at sea. But if the sea is dangerously attractive, the swamp is just dangerous. It is better to be shipwrecked than to drown in a swamp. *(Dobloliubop)*

- Do not postpone anything until later, because later you will be no easier.

- The shortest answer is action.

- Grace is action (not smiling).

- Don't be hasty when you hurry, don't be in a hurry to rush.

- The look adorns the statue.

Jobs adorn people.

- A good start is half the job.

- Do not wait until you are thirsty to dig the wells.

- True great works are performed with humility.

- Only life given for others is valuable.

- The true mission of man is to live, not just to exist.

74. THE ACTION - THE LABOR

- To make a stick straight, we must bend it in the opposite direction (don't complicate the problem).

- The hardworking bee has no time to be sad.

Whoever works is always fresh.

- Knowing what to do is not enough, there must be courage to do it.

- Speech is flowery and work is fruitful.

- To dig a tree up, you have to start from the roots.

- Many people join together, hard things are also easy.

- Find good advice before you begin and only when you've decided, take action.

- A little kind work and a little love, we will turn the earth into a paradise garden.

- Ask for what you will be given, find what you will see, knock and the door will open for you *(practice advice)*.

- When you cannot get what you want, you should want what you can get.

- If the bowstring is stretched, the arrow will definitely fly.

- Education is a warehouse, labor is the key to opening it. (P. Bua Xto)

- Finding happiness in work is like digging a hard rock and finding gold. People need energy, strength and enthusiasm to succeed.

- Spring does not sow, summer does not grow, autumn does not reap, winter is without food. *(G. Herbt)*

- Full of food and full of clothes because of hard work. *(Nguyễn Trãi)*

- There are no holidays for those who do not work on work days.

- Mild back pain is in the brain. *(Russia)*

Lazy people without working are just the block water. They will be destroyed.

- Fire tests gold, gold tests people.

- Sow behavior, you will create a habit. Sow a habit, you will create a personality.

Sow character, you will create your fate.

75. FAMILY HAPPINESS

- Good news can be based on illusion but happiness must be based on the truth.

- Happiness is not a destination but a journey.

- The family is the place to where souls gather. If they love each other, their family will be as beautiful as a flower garden. But if these souls do not get along with each other, it is like a storm devastating the garden. *(the Buddha)*

- I grew up with the love of my family. *(Maya Angelou)*

- The family is the compass that guides us. The family is the inspiration to achieve the highest position and the consolation sometimes when we stumble. *(Brad Henry)*

- We have to take care of our family members, whenever we can. *(Elizabeth Gilbert)*

- The family, where we never want to flee, from our bottom hearts we have never wanted to escape it. *(Dodie Smith)*

- When everything else leaves you, the person who is always with you is your family member. *(Jim Butcher)*

- Love your family, spend time taking care of and caring for family members' belongings; you will never feel sorry later.

- Family is not just something important, but everything to be who we are. *(Michael J. Fox)*

- No one can leave your family behind or forget. *(David Ogden Stiers)*

- What can you do to maintain a peaceful world?

Always look forward and love your family. *(Mother Theresa)*

- Happy family is heaven soon on Earth. *(George Bernard Shaw)*

- The family is a masterpiece of nature. *(George Santayana)*

- Every day of our lives leaves memories in our family members. *(Charles R. Swindill)*

- I feel that the family is the most mysterious and attractive place in the world. *(Amosz)*

- It doesn't matter whether you live in a big house, it's important that love is in that house. *(Peter Buffett)*

- Family love can forgive all. *(Mark V. Olsen)*

- The family is the place you love the most, but it's the place where you act the worst. *(Marjorie Pay Hinckley)*

- We must always remember: Family is everything we have. *(Katie Jennings)*

- Everyone in the family loves you. They always spread their arms around you, loving you even when you're not cute at all. *(Deb Caletti)*

- The strength of the family, as well has the power of the army. The loyalty between members always exists. *(Mario Puzo)*

- All happy families are the same, and unhappy families have their own unique circumstances; no family resembles any other family. *(Leo Tolstoy)*

- Family is the most important thing in this world. *(Princess Diana)*

- Nothing like the joy of the whole family. *(Jerry Seinfeld)*

- The way to help you heal with the world is to start healing your own family. *(Mother Theresa)*

- When we try to teach children about life, actually it is our children teaching us the true meaning of life. *(Angela Schwindt)*

- A man goes around the world to find what he needs, and eventually he returns home to find it. *(George Moore)*

- With me, my family and my friends taught me the true meaning of love. In short, love is giving and not expecting to receive. *(Nicholas Sparks)*

- Cherish every moment with the person you love, in every

stage of your life. *(Jack Layton)*

- Perhaps those are not the stars, but the windows where the love from loved ones has passed through and illuminated us, letting us know that they are still happy. *(Eskimo proverb)*

- At the end of a good of life, you will never regret not passing another exam, winning another dispute, or completing a business. You will regret not spending your time with your spouses, friends, children, or parents. *(Barbara Bush)*

- The strength of a people originates from the harmonious life of a family. *(Confucius)*

- Man is the only creature on earth to build a nest for his children. *(Bill Cosby)*

- The more people do, see more and feel more, the more they can do, and the more they can truly appreciate the basics such as family, love and understanding of companionship. *(Amelia Earhart)*

- For any of us, the family is always the most important. There will be times when I will lie in a hospital room with four walls. And the person who will be with me then will be just my family. *(Robert Byrd)*

- When you have a problem, your family will always encourage you. *(Guy Lafleur)*

- To understand your parents love for you, you must raise your children. *(Chinese Proverb)*

76. HAPPINESS - FAME - LOVING WORDS

- Water of hundreds of rivers flows to the sea because the sea is low. The person who knows how to take care of others, the source of happiness, good name, good reputation will come to him.

77. CURRENTLY IMPORTANT

- An hour wasted today is a miserable sea for tomorrow.

- One day is worth two tomorrows. *(Franklin)*

- A mirror to look at images. The past to degrade the present. *(Confucius)*

- Every hour in the present wasted is a risk in the future.

- Today is my future. *(Sophikco)*

78. THE PRESENT - THE FUTURE

- Don't count what you lost, cherish what you have and plan what to gain because the past never returns, but the future may fulfill the loss.

- Today's patience can turn yesterday's frustrations into tomorrow's discovery. Today's goals can turn yesterday's failures into tomorrow's determination.

Today's patience can turn transform yesterday's discouragements into tomorrow's discoveries.

Today's purposes can turn yesterday's defeats into tomorrow's determination. *(William Arthur Ward)*

- With the past, I have nothing to do; nor with the future. I live now. *(Ralph Waldo Emerson)*

79. THE LEARNING

- Learning is not boring, teaching is not tired. *(Confucius)*

- Confucius is the founder of Confucianism who was given the title of "Teacher of all things".

- In Cambridge, in the US state of Massachusetts, there is the world-famous Harvard University, built in 1636. At the gate of this school are the words: ''Enter the school to develop intelligence. Leave school to serve the country and people''.

- Thanks to the guidance of a teacher, workers know how to work well.

- Person is full of food and has clothes by his hard work and sweat.

- The book says: Learning without thinking is superficial, thinking without learning, it is easy to get lost.

The Buddha goes further and further. "People who do not study as the flesh see, learn not to cultivate like storage, don't serve sentient beings like rotten dreams".

- Practicing without learning is to cultivate blindness, learning without practice is to store useless knowledge.

80. LEARNING - TRAINING

- Everyone is a book if you can read. *(Brother)*

- Study too hard as if books were boiled by the stuent's brain.

- Food should be delicious. Warm clothing should be beautiful, nearby then you need to be happy, need quality and then writing. The writing is so. *(Mặc Tử)*

- Use your wallet to store money and paper to record your thoughts and those of others. That can help you and others to achieve great things. *(Duxuya Men)*

- Learning is good exercise *(Proverbs)*

- A box of gold is not equal to box of letters (emphasizes the important of learning).

- Ignorance is not as shameful as a lack of will to learn. *(B. Franklin)*

- How many people read and study, not to find the truth, but to confirm what they already know. *(Julien Green)*

- Learning without thinking always leads to darkness; thoughts without learning always lead to doubt. *(Parable)*

- The wise are the wonderful living dictionaries. *(Gotu)*

- Just like an old book covered in dust, the memory needs to be occasionally swept clean. *(Seneca)*

- The flow of water is always flowing, no bad smell, the latch is often used, not a rotten one. *(Lê Thị Xuân Thu)*

- Learning is as useful as growing trees: spring produces flowers, autumn produces fruits. *(Nhan Thị Gia Huấn)*

- Lean up to die to be wise; lean up to old to be skillful. *(Thai)*

- Find the deep to learn, do not fall into the pipe; find the useful new and strange, do not become prejudiced. *(Tô Đông Pha)*

- Study regularly, not just in school. School teaches us how to study. Studying is a lifelong job. *(Lunasacky)*

- The day when you do not add to your knowledge even a little bit, is a day lost that cannot be regained. *(Xtanlapsky)*

- The road of life is a ladder without bumps, learning never stops. *(Kalanin)*

- Learning without happiness is not learning. *(Sima Quang)*

- For me, learning is a miracle cure. After an hour of reading all boredom disappears. *(Mongtecxkie)*

- People are not born cultured, they must train themselves.

- Ignorance is a dark night with no moon and no stars. *(Ximerong)*

- Learning is a boundless sea. Diligence is the port. *(Vietnam)*

- Memory is like a sieve, it allows dust to pass through but retains the golden particles. *(Pautopxky)*

- Learning is the seed of knowledge. Knowledge is the seed of happiness. *(Gieoocci)*

- Knowledge and knowledge alone make people free and brings them greatness. *(Pixarep)*

- Learn how to eat, speak, pack, and open. *(Vietnam)*

- The source of knowledge is endless, no matter how much human beings have achieved, there always remains something that needs to be explored, discovered, and perceived. *(Gon-sa-rop)*

- Reading makes people clearly understand the meaning of life and their position in life. *(Gorky)*

- The secret of being forever young is to learn something every day.

- Today's books are tomorrow's work. *(M. Kisevich)*

81. REGRET

- Regret leads to virtue as dawn opens a new day.

- Anger begins with stupidity and ends with regret. *(Beverly Sills)*

- We all suffer one of two pains: The pain of discipline or the pain of regret. *(Jim Rohn)*

- The attachment of today will be the regret of tomorrow *(Buddhism)*

- Everyone makes mistakes, the least reckless people are the ones who are quickest to repent.

82. SNOBBERY - PRIDE - IGNORANCE

- The snob, arrogance, and ignorance are sisters who never leave each other.

Showing off your rich happiness will kill it quickly.

- An arrogant person destroys himself with pride. *(Shakespeare)*

- Those who consider themselves to be good have poor hearing. *(Gia Ngữ)*

83. TODAY

- Restart with the full period of today.

- Never leave until tomorrow what you can do today. *(Benjamin Franklin)*

84. HOPE

- Optimism is the belief that leads to achievements.

You can achieve nothing without hope and confidence. *(Helen Keller)*

- Turn to the sun and you will not see darkness. *(Helen Keller)*

- Aspiration drives one forward, this is the purpose of life.

- Fish cannot leave the river. But the heart cannot help but dream.

- I'd rather be a brilliant meteor than an eternal but faint planet, and I want each of my atoms to burn with a dazzling light.

- Always hope, never despair, that is the quality of a person with a great soul.

- Youngsters! Think of the great career that awaits you. You are the owners of the future, you build the foundation for the next century, a century that we believe will fully solve the problems of truth and justice set forth in the last century.

- Steel hardened by fire becomes tough and fearless. Our young generation has been likewise trained so as not to collapse when confronted by life.

- Everyone has three spring ages: the spring of the body, the spring of the soul, and the spring of wisdom. *(F. Fénelon)*

- Self-builders, committed people who hope and have high expectations.

85. BE SILENT

- Silence is the most understanding of eloquence.

- Silence is the last eloquence of sadness. *(William Wrinter)*

- Talents often shine in silence, inferior realms of talentless people often surround themselves with sound. *(Anonymous)*

- People who do not understand your silence may not understand your words. *(Elbert Hubbard)*

86. TREATMENT

- Treat yourself with reason

Treat others with your heart.

- Believe half of what you see with your own eyes and don't believe anything you hear with your ears. *(D. Crai)*

- To the gentleman, we should be friendly, but not too much to avoid being jealous. The selfish person, we should avoid but not abandon as the enemy. *(Thân Hàm Quang)*

- Taking the peace to treat the old people, taking the trust to treat friends, taking the love to treat children. *(Confucius)*

87. SKILLFULNESS

- To make a stick straight, we bend it in the opposite direction (don't be complicated).

- Speech costs nothing. Choose your words carefully. The wise bird makes a loud noise. A wise man speaks speak with a gentle and easygoing voice.

88. HUMILITY

- Lamps may give off more light than the moon. Lights out before the wind, O lamps.

- It is difficult to respect others if you are not humble yourself.

(Henri Frederic Amiel)

- Friends are useful not only because they will listen to us, but also because they will laugh at us.

Through them we learn a little objective, a little humility, a little courtesy. We learn the principles of life and become better players. *(Will Durant)*

- The longer I live, the more I read, the more patient and anxious I become, the more I learn, the less I seem to know. Be moderate. Have mercy. Live a humble life. That's enough. *(John Adams)*

- When talking to half-hearted men, say bullshit. When speaking to the ignorant, show off. When speaking to the wise, be humble and ask for advice. *(Edward Bulwer Lytton)*

- Self-respect and humility are the cornerstones of compassion. *(Theodore Isaac Rubin)*

- Accepting failure with pride, accepting criticism with poise, accepting honor with humility is a sign of maturity and generosity. *(William Arthur Ward)*

- Pride may appear as respectable humility, often borrowing its cloak. *(Thomas Fuller)*

- Greatness does not lie in property, power, or fame. It is discovered in kindness, modesty, service, and character. *(William Arthur Ward)*

- Nothing is false than humility. Often, it's just sloppiness in perspective, sometimes indirect bragging. *(Jane Austen)*

- Humility is really contentment. *(Henri Frederic Amiel)*

89. THE MODEST - THE SIMPLE
- THE GOODNESS

- The qualities of the soul cannot be compromised because of ugly appearance, while the beauty of the soul enlightens to make the appearance beautiful as well.

- Humans' most precious equipment are qualities of humility and simplicity.

- Good is not enough, one still needs to be sensitive.

- If you have more knowledge, you are more open and humble.

- Someone who admits to being inferior is very close to perfect.

- The stronger and gentler,

- The more intelligent, the more modest.

- To have fresh roses early in the morning, just one drop of dew is enough (giving in time).

- Humble people must be indifferent to compliments while attentive to criticism.

- A good deed makes you happy twice: while working and once upon seeing results.

- Never hold on to anyone. Simply because when people want to stay, no matter how they are chased, they won't go. If people want to go, they will not stay even we want to keep them.

90. SHOWING OFF

- A boastful moment destroys tons of fame.

- Empty vessels make most noise.

- People who know little, often talk a lot, while people who know a lot, often talk a little. (Jean Jacques Rousseau)

- Self humility, the more they admire others, the more they show themselves. *(The Little Linguist)*

- Showing talent will harm you because someone will hate you. Showing beauty will hurt you because someone will be jealous. Showing wealth is dangerous because there are robbers. *(Anonymous)*

- Courage, I don't think anyone is born with courage. I think maybe we are born with a little bragging ability, but that's not courage. *(Maya Angelou)*

91. STRONG HEALTH

- The weaker the body, the more it commands to force itself. The healthier the body, the more it obeys itself.

- Be careful when reading health books. You may die because of a printing error. *(Mark Twain)*

- Only when the rich get sick, do they really understand the inability of riches. *(Benjamin Franklin)*

- People have good health, others have hope. The one who has hope, has everything. *(Thomas Carlyle)*

- For good health: Eat snacks, take deep breaths, live moderately, nurture joy, and preserve the concerns in life. *(William Londen)*

92. LIVING WISELY - DEATH DULLY

- The light in his house is bright for his own not for others.

- Wise die, foolish also die, only knowing is to be alive. *(Zhuang Zi)*

- All human wisdom is gathered in two words: waiting and hope. *(Alexandre Dumas)*

- Seeing the mistakes of others, wise people correct their own mistakes. *(Publilius Syrus)*

93. THE IMPURE

- A small flaw can lose destroy the value of a gem (do not lose faith).

- Lao Zi said: Be pleased that your destination is preordained.

- Buddhism says: keep the body, mouth, and mind pure (three karmas are often pure).

94. THE UNWORTHY

- The handicapped buffalo is paid for by a strong buffalo (unfair in behavior).

95. PATIENCE

- Patience and time do more than strength or enthusiasm. *(La Fontaine)*

- Patience is bitter, but its fruit is sweet. *(Jean Jacques Rousseau)*

- Patience is the art of hope. *(Vanvenarger)*

- We can never learn courage and patience if there is only joy in this world. *(Helen Keller)*

- Perseverance and persistence have a magical effect that precedes them, difficulties disappear and obstacles evaporate. *(John Quincy)*

- Patience is not passive, on the contrary, it is very proactive. That is the power of concentration. *(Edward Bulwer Lytton)*

96. THE KNOWLEDGE

- Imagination is more important than knowledge. *(Albert Einstein)*

- Education is what is left after you have forgotten what you learned at school. *(Albert Einstein)*

- Nothing in life is greater than that of man, in man nothing is greater than the intellect. *(Anonymous)*

- The first step into the cathedral of wisdom is to know your ignorance. *(Benjamin Franklin)*

- The golden age has its value, and the knowledge is invaluable.

- The wise learn things from the stupid rather than the stupid learning from the smart.

- There is no deeper wound than one caused by the pen.

97. THE PERSISTENCE

- It's not that I'm so smart, it's just that I stay with problems longer.

- How many a man has thrown up his hands at a time when a little more effort, a little more patience would have achieved success. *(Elbert Hubbard)*

- The highest limit of patience is: No talking, no anger, no anger.

- Anger is to punish ourselses by other people's mistakes.

- Everything negative - pressure, challenge - is an opportunity for me to rise. *(Kobe Bryant)*

- We can never learn courage and patience if there is only joy in this world. *(Helen Keller)*

- Bad things don't happen and break your heart just so you can suffer and give up. They happen, smashing you and building you up so you can become everything you deserve to be. *(Samuel Johnson)*

- The more we advance on the path of life, the more difficult it becomes, but it is in the fight against hardship that the inner strength of the heart is formed. *(Vincent Van Gogh)*

- Regularity, patience, and perseverance despite all obstacles, frustration and seemingly impossible things: In all things, it is the difference between a strong soul and a weak soul. *(Thomas Carlyle)*

- I hear there are many kinds of trouble. Trouble comes

from the front and trouble comes from the back. But I bought a big stick. I already have it ready. Now my way becomes my problem! (It means if we use violence/stick to solve problem, we become double problem).

- The toughest oak tree in the forest is not the oak tree shielded from storms and sunlight. It is the oak tree standing in the spacious place, where it struggled for survival against the wind, the rain and the burning sun. *(Napoleon Hill)*

- I have always believed and still believe that whatever it is fortunate or catastrophic for us, we can always give it meaning, and turn it into something worthwhile. *(Hermann Hesse)*

- Don't say that one or the other appears to hinder you; They only appear to challenge you. *(Muriel Strode)*

- The more you face and overcome many obstacles, the more you stumble and go back on the road, the more you fight and conquer, the more hardships, the more naturally you will become more resilient. Nothing can stop you, if you are resilient. *(Jim Rohn)*

- Destiny, throw me the worst dice today. Today, I will turn everything into gold. *(Friedrich Nietzsche)*

- Heaven gives us wealth and happiness, is used to make it easy for us to make up; Heaven made us poor, worried, sad, and honed us to persevere and determine. *(Trương Hoành)*

- Do not let negatives in life control you. Go beyond them. Use them as stepping stones to go higher than you ever dreamed possible. *(Mary Kay Ash)*

- A horse can run a long distance, that its power can be measured.

98. THE EXPERIENCE

- Consider the way of the ancient life, the present life, to avoid confusion. Evaluate the future. Consider past experience.

(Tố Thư)

- Travel is an endless hobby. We find simple pleasures and life experiences on every step of our journey to explore new places and learn new spiritual norms.

99. THE LIVING EXPERIENCE

- Whoever dedicates his life to good deeds and shares his good life experiences is someone who will live longer than his age.

- Poor life skills, so many failures.

- Those who consider the help of others obvious, they should only help once.

- Life is simply a series of choices, something that we will definitely realize when we have to look back. Choose well so when you look back, you do not feel regret. Do not choose just because it makes you feel reasonable.

- Live a dream but let your feet walk on reality.

100. SOFT STRING, TIGHTLY TIED

- The softer the string, the more tightly it ties.

101. THE ILLUSION

- It is better to have your head in the clouds, and know where you are... than to breathe the clearer atmosphere below them, and think that you are in paradise. *(Henry David Thoreau)*

- The beard does not make a moral person,

Each of them may be covering an evil.

102. LISTENING TO CRITICISM

- Humble people are not indifferent to compliments, but attentive to criticism.

103. RITUAL AND RELIGION

- Without rituals, you cannot become religious.

104. CONCERN

- Anxiety eats the heart. *(Pytago)*

- Our fatigue is often caused not by work, but by worry, frustration, and resentment. *(Dale Carnegie)*

- Instead of worrying about what people say of you, why not spend time trying to accomplish something they will admire. *(Dale Carnegie)*

105. FORESIGHT

- Without taking care for a long perspective, sadness in near future is about coming.

- In fair weather prepare for foul. *(Thomas Fuller)*

- When having money, think about the day without money; don't leave until the day when you don't have the money to remember when you have the money.

- A wise man does not work without a long-term plan.

106. BENEFITS

- Bitter taste has benefits for the stomach...

- To furnish the means of acquiring knowledge is... the greatest benefit that can be conferred upon mankind. It extends life itself and enlarges. *(John Quincy Adams)*

107. KNOW HOW TO ADJUST THE ERRORS

- Humble people are not indifferent to compliments, but are attentive to criticism.

- Our perfection is mainly about noticing our imperfections.

- Sorry is a good thing, it is better to admit it, even much later. Although acknowledging the fault, it was late.

- One person's mistake is a lesson for others.

- Shame in front of people can be rewarding, but shame in front of myself even more so.

- Concessions are not condescending, admitting is not humiliating.

- Sorry is an easy task, acknowledging the error is a difficult task, even if it is a late acknowledgment.

- Asking people who are not the ones at fault, but corrections are worthwhile. *(Venerable Vân Ngô)*

- Formerly, both complimented or corrected the mistake of doing well, not taking people without fault for being beautiful. So, the work of man, from lower ranks to foolish people, no one can avoid mistakes.

Only the wise admit it, while the fool largely conceals the guilt, adorns the harassment, corrects the good, then one day virtue is called a gentleman. As for the faulty jewelry, the evil is increasing day by day. This is all the small heart person. Therefore, seeing and leaving the goodness is normal person. Seeing and doing following the good deeds is the favored place of the virtuous one.

108. THE SPEECH

- The wise used the word, the strength used labor.

- Words do not cost you to anything, choose words to please each other.

- Concise speech always make a strong impression.

- Words are the music of the world. *(Ih Phabro)*

- Listen more and speak only at the right time. *(Bie)*

- Those don't know how to be quiet, will not know how to speak. *(Sa Rông)*

109. WORDS SHARP AS A KNIFE

- Words are not knives though they cut your heart.

- Words are not smoke though they can make you cry.

- Storm winds are not equally as strong as mouth winds. *(Laos)*

- Mouth (life) sharper than pointed knife. *(Nguyễn Trãi)*

- Leaving my mouth in human ears. *(Thai)*

- It is better to throw a stone than to say the wrong word. *(Xecty Ut)*

- Sweet words can be bitter. *(Body Born)*

- The friend's excessive praise is more harmful than the enemy's excessive criticism. *(Lei Ma)*

- The story should not be so sarcastic that people cannot be comfortable; joking should not be so sharp that a person hurts. *(Confucius)*

- Sweet honey kills flies. *(Vietnam)*

- Burning more incense causes much smoke.

Engaging more talk, it easily causes mistakes. *(Vietnam)*

- Eat less, say less. *(Vietnam)*

110. THE WORD - THE HARM - THE BLESSING

- If I treat others unkindly, that is a disaster for me.

People treat me unkindly, which is the merit. *(Thiệu Khang*

Tiết)

- Words are simple and moderate making less errors and resentment. *(Viên Thị Thế Phạm)*

- Work well for a lifetime, one gamble is enough to throw everything away. *(Confucius)*

111. THE KINDNESS

- Kindness is the language that the deaf can hear and the blind can see. *(Mark Twain)*

- Persistent kindness can do many things. As the sun melts the ice, kindness evaporates misunderstanding, suspicion, and hostility. *(Albert Schweitzer)*

- People prefer to take revenge for being hurt rather than paying back kindness.

- Protect your kindness carefully. Know how to give without hesitation, know how to take without regret, know how to achieve without malice.

- You will regret many things in your life, but you will never regret being too good or too fair.

- You will not leave a worn trail. *(Vietnam)*

- A face is worth thousands, is more valuable than money. *(Tây Nùng)*

- Anyone with a golden heart, though wearing torn clothes, is still noble. *(G. Bronzes)*

- Only two good people (one is dead and the other is not yet born).

- If his whole life has a clear conscience, he does not need the sound of midnight knocking.

- Good people protect the three villages. A good dog is for the home's defense.

- A loving heart is more precious than all the heads in this world.

- Every charitable act is a stepping stone to heaven.

- Gold burned over red fire clearly shows the pure gold.

- A positive goodness has washed away a hundred years of sin, such as a deep cave for thousands of years, illuminating only with a lamp, the darkness in the cave disappears.

- Good deeds done to people who know and appreciate the honest fame; good deeds done that do not let people know are the perfect virtues. The virtue is blessed while the honesty enjoys the name.

- All good things are developed from joy.

- Standing in the rain, nobody is wet.

- Wading in water, who is still dry.

112. THE IDEAL

- Any person, a great person or an ordinary person will become a poet if he sees behind his gestures an ideal. *(Ipxen)*

- Aspiration rises forward, that is the purpose of life. *(Gorky)*

- The past is the means, only the future is our happiness. *(Pa Xcan)*

- Human career is big or small because of high or low morale. Happiness instead! Those who bear in mind a beautiful ideal that they wholeheartedly welcome. *(L. Paxto)*

- The important thing is not the position we are standing in, but the direction we are going. *(L. Tonxto)*

- Having a reputation that stands in heaven and earth; what must be famous with mountains and rivers. *(Nguyễn Công Trứ)*

113. SHARPENING A STONE TO BE A PEARL

- Jade is only a gem when honing, otherwise it is just a stone.

114. THE PARENTS

a. Mother

- The universe has many wonders, but the most wonderful is the mother's heart. *(Bernard Shaw)*

- Who has the present mother, please do not let her cry. Do not let the sadness in the mother's eyes.

- Old mother is like a ripe banana,

The mother lay down in earth, I became the orphan.

- Mother raising children, her heart is not counting as heaven or sea,

We raised mother, we count each cent and each day.

- A mother has raised ten children,

Ten children cannot raise one mother.

- Every afternoon, stand at the alley,

Look at the mother native, our hearts are painful.

- You can only feel it when you do it.

Raising children knows the gentle mother merit.

- We go along the human lifetimes,

We can not hear all the lullabies of a mother.

- No love is as great as my mother's love.

- In a mother's eyes, the image of a child is always a lovely child in the womb.

- Mom is someone who can replace anyone else, but nobody can replace her. *(Gaspard Mermillod)*

- Try to strive and reach for success in response to the mother's upbringing.

- The mother's love does not age as the years pass. *(German proverb)*

- Yes! Wherever I go or what I do, my mother is still someone

I have to rely on, a firm shoulder that always waits for me to return...

- The real mother is never free. *(Balzac)*

- The mother's love is endless.

- Beauty can fade with the years over time, but the affection of a mother never fades. On the contrary, it is very deep with a mother, I am always a child!

- When you look into the eyes of a mother, you will know the purest love you can find on this earth. *(Mitch Albom)*

- The future of the child is always the work of the mother. *(Napoleon)*

- The mother's love is peaceful. It does not need you to achieve, it does not need you to be worthy. *(Erich Fromm)*

- A good mother gives birth to good children, good rice for delicious rice. *(Chinese proverb)*

- People never talk about God as much as they do about mothers. *(Indian proverb)*

- The love of a mother feeding children is as the large lake, while children who care or provide material to their mother can be counted each month, each day. *(Vietnamese Folk Songs and Verses)*

- A mother always has to think twice, once for herself and once for her children. *(Sophia Loren)*

- A mother is always a mother, always concerned about the children, even though those children have grown up and have their own children.

- The mother's heart is a deep abyss and at the bottom, you will always find forgiveness. *(Balzac)*

- Being a mother is a living attitude, not just a biological connection. *(Robert A. Heinlein)*

- A mother's heart is the classroom for every child.

- Being a mother means your heart is no longer yours, it will wander wherever your children go. *(George Bernard Shaw)*

- The mother's happiness is like a beacon, illuminating the future, but also reflecting on the past in the outer shell of loving memories. *(Balzac)*

- The mother holds her baby's hand for just a moment, but her heart is forever.

- When the whole world turns away from you, you will be fine if you have a mother behind. *(Jojo Moyes)*

- My mother's love for you is unlike anything else in the world. That love has no rules and no regrets.

Love dared to cope and melt everything in its path of spreading without faltering. *(Agatha Christie)*

b. Father

- The father's virtue and reputation are the most valuable inheritance of his children. *(Roger Bacon)*

- There is no poem or saying that records all the merits and sacrifices of parents for their children. The love a father has for you is the most sacred and noble, I thank you, father, for always following me, showing me, and protecting me through all my past paths.

- Father is all!

Thousand years I will still love father.

- Father is not perfect, but father still loves me in the most perfect way.

- On this earth, there is no sweeter gift than the love of a father for his children. *(Cicero)*

- You do not need to consider analyzing who our father is, because his father's heart is always great. *(Anne Sexton)*

- The things you learn from your father are a lot more than what you learned in school. *(English proverb)*

- In this world, how many leaves are equal to the time the father loves me. *(Jack Baxter)*

- Only when you grow up and step away from your father - or leave your father to start your own family - only then will you understand the greatness of the father and truly appreciate it. *(Margaret Truman)*

- Father did not tell me how to live, he lived and let me witness it. *(Clarence Budington Kelland)*

- I can't think of any need for my childhood to be as strong as the desire to have a father's protection. *(Sigmund Freud)*

- There will always be a few people who are brave enough to love the wildest part of me. One of the men is a father.

- My father is very strong,

Because of loving us, he does not care about his body.

Father is the mountain whle children are as the green grass and the weeds,

Father is heaven for white clouds of children to fly.

- Parents can forgive all our mistakes and never mention the mistakes we make whether one, two or more mistakes.

- When father is alive, I have everything,

Father gone then all went,

My father has nothing left for me,

Helpless even at the road back.

- How deep my father loves children

Teach children the strict way to guide the right or wrong,

To hand down the ethical fortune to us.

- My father gave me the most precious gift in the world: Always trust in me. *(Jim Valavno)*

- The father is the first teacher of the child. *(T. Thore)*

- A father's heart is a masterpiece of creation.

(Abbe 'Pre'vost)

c. Mother & Father

- If mother teaches, I'll be skillful.

If father teaches, I'll be wise.

- An orphan by the father died, eating rice with fish,

An orphan by the mother died, lying with leaves.

- The shoulders of mom and dad are full of sacrifice.

Mother and father forget their whole bodies for their children.

- On the occasion of the Vu Lan celebration, we offer gratitude for our father's nurturing.

The season of filial piety, we repay our mother giving us birth.

- Although going around at four directions.

The debts of Father and Mother are supreme.

- Although I am mature, I am still my mother's small child,

Until the end of my life, my mother will follow me.

- Going around the world, no one else can compare with the mother.

The arduous duties of mother and the burdens of father are incomparable.

- The sea is immense, but not filled with mother's love.

Sky clouds are gorgeous, but don't cover with the father's feeling.

- Work hard, mothers brought us grown,

A thin back, father protects his children.

- Children now want to repay, but their parents pass away.

- The harmony family makes the family's career successful.

- The gratitude of father, mother, and teacher,

Tomorrow grow up, we will repay it as the deep ocean.

- The father's gratitude is as a mountain,

Mother's love is as water in the source flowing

Our heart worships mother and father

To fulfill the filial piety as a good child.

- The debt of father and mother are great,

Regardless a hard life for the sake of us.

To be a human, I have to know,

The repayment is as heavy as the sky.

- The South China Sea is still full and shallow,

The love of parents overflow forever.

- At night, we pray to Buddha,

May your parents live a long life with us.

115. THE ILLUSORY DREAM

- A sleeping weasel is dreaming of counting the chickens (not practicing).

- Dreams don't have tax, so keep dreaming.

116. THE DREAM

- Spring comes in the dream realm,

Flowers bloom in the midst of emptiness.

- Life is like a dream, even in dreams you still can dream as much as you can.

117. THE PURPOSE

- The purpose of a writer is to keep civilization from destroying itself. *(Albert Camus)*

- Existence is a strange bargain. Life owes us little; we owe it everything. The only true happiness comes from squandering ourselves for a purpose. *(William Cowper)*

- Today's patience can transform yesterday's discouragements into tomorrow's discoveries.

Today's purposes can turn yesterday's defeats into tomorrow's determination. *(William Arthur Ward)*

- Only a noble purpose creates a great energy.

- Aspiration rises forward, this is the purpose of life.

- I'd rather be a brilliant shooting star than an everlasting, but faint planet and I want each of my atoms to burn in dazzling light.

- Desire is not enough, let's get started to get it done. Always hoping for a purpose, and never to despair is the quality of a person with a great soul.

- Great and beautiful careers can only arise from calmness. It is the only land on which can bear sweet fruits. *(Karmac)*

118. THE PROFESSIONAL

- Having thousands in gold is not equal to a job in hand.

- Want to grow crops, want rich fish farming, want to grow a tree.

- It's not a career that honors people, but reputation that makes a career.

- The more I love people, the more I love my job.

119. ENERGY -ENTHUSIAM

- When life gives you a hundred reasons to cry, show life that you have a thousand reasons to smile.

- There are basically three kinds of people: the unsuccessful, the temporarily successful, and those who become and remain successful. The difference is character. *(Brian Tracy)*

- Enthusiasm is the genius of sincerity and truth accomplishes no victories without it. *(Edward Bulwer Lytton)*

- Like simplicity and candor, and other much - commented-on qualities, enthusiasm is charming until we meet it face to face, and cannot escape from its charm. *(Agnes Repplier)*

- Only a noble purpose creates a great energy.

- Morale is the spiritual power of the person. *(Lo Coocdeo)*

- Towering mountains also start from a grain of sand. *(Hải Thượng Lãn Ông)*

- Due to strength, it can head facing wind. *(Vietnam)*

- When the soul is full of light of a great will, a great affection which dominates our whole life, all our thoughts and actions, then naturally we will find incredible joy.

- Enthusiasm is the mother of effort and without it, we cannot achieve anything great. *(Ralph Waldo Emerson)*

- Act enthusiastically and you will be enthusiastic. *(Dale Carnegie)*

- The more generous we are, the more joyous we become. The more cooperative we are, the more valuable we become. The more enthusiastic we are, the more productive we become. The more serving we are, the more prosperous we become. *(William Arthur Ward)*

- Enthusiasm is more important than any other utility. It will find a solution when it seems that the solution does not exist, and it will achieve success where people think it is impossible to succeed.

- With an enthusiastic team, you can achieve almost everything. *(Tahir Shah)*

- A mediocre idea if aroused with enthusiasm will go beyond the big idea that does not inspire anyone. *(Mary Kay Ash)*

- Energy and endurance can conquer everything. *(Benjamin Franklin)*

- The more we advance on the path of life, the more difficult it becomes, but it is in the fight against hardship that the inner strength of the heart is formed. *(Vincent Van Gogh)*

- Regularity, patience, and perseverance despite all obstacles, frustration, and seemingly impossible things: In all things, it is the difference between a strong soul and a weak soul. *(Thomas Carlyle)*

- Life is full of thorns, and I know of no other remedies other than walking quickly through them.

The longer we hang around in our own misfortune, the great its damaging power. *(Voltaire)*

- When the yoke happens, either you let it beat you, or you defeat it. *(Jean Jacques)*

- Youth is the age of the future. If you want a good future, you must seize it with your own will and determination.

- Time is running out. But every day, I challenge this cancer, and surviving for me is a victory. *(Ingrid Bergman)*

- Having the will to be strong enough to cope with life. *(Mary Caroline Richards)*

120. THE GOOD REWARD

- Receiving a single thanks, but the gratitude of precious thousands,

A day also is odd, a little bit rewards also a good friendship.

121. THE ADVERSITY

- Success and happiness lie in you. Determined happiness and joy will accompany you to form an invincible army against adversity. *(Helen Keller)*

- The challenge of friendship is mutual assistance in adversity, and more than that, unconditional assistance. *(Mahatma Gandhi)*

- A wise person learns these facts: Trouble is temporary. Time is a nutritious medicine. Suffering is a test tube. *(Mahatma Gandhi)*

- When we wish for life without adversity, remember that oak trees become strong in the wind, and diamonds form under pressure. *(Peter Marshall)*

- Fight with adversity and conquer it. This is the greatest happiness of man. *(Samuel Johnson)*

- Live in the middle of life, don't isolate yourself,

Live among people and things, between troubles, difficulties and obstacles. *(Henry Drummond)*

- Adversity reveals a person's nature.

- Experienced mountain climbers are not afraid of the mountain - it inspires them. The persistent winner is not discouraged by trouble - it challenges them; mountains are created to be conquered; adversity is designed to be defeated. The trouble appears to be solved. Conquering a mountain is better than conquering thousands of low hills. *(William Arthur Ward)*

- Life is always a fluctuation in the situation of difficulty. *(Henry Louis Mencken)*

- Catastrophe is the diamond dust that Paradise uses to polish jewels. *(Thomas Carlyle)*

- Just as the valley gives a mountain height, suffering gives meaning to happiness; just as a spring is the source of a stream; deep adversity can be a treasure. *(William Arthur Ward)*

- When the wave of life comes

And the flow makes your boat capsize

Do not waste tears for what you have gone through

Lie on your back on the water and float.

- Adversity challenges the sincerity of friends. *(Aesop)*

- Learning is an ornament in a rich scene, a refuge in adversity, and a reserve in old age. *(Aristotle)*

- The person who becomes strong by overcoming obstacles possesses the only power that can overcome adversity. *(Albert Schweitzer)*

- Sometimes in trial and adversity, we can really find safety.

Adversity not only draws people together; it also gives birth to beautiful inner friendships. *(Soren Kierkegaard)*

- Each of us is a leading eagle that wants to fly high, despite the storms of adversity and the challenge of piling up. In fact, hurricane winds make the wings of the eagle even stronger and help it fly high. I must let the spirited eagle soar and we can believe it will become a conqueror. *(Deodatta V. Shenai-Khatkhate)*

- When suffering comes, we have no right to ask, ''Why does this happen to me'', unless we alsoask that question for every happy moment that comes to us.

- In the darkest moments, the soul will be nurtured and give us the strength to persist in to the next step. *(Heart Warrior Chosa)*

- When the road of life is bumpy, better to keeping the spirit always full.

- A turn on the road is not the end of the road...

Unless you refuse to turn.

- Adversity and difficulty are like mattresses, when on them, you feel refreshed and comfortable, while if you lie down, you will be suffocated by them.

- The toughest oak tree in the forest is not the oak tree shielded from storms and sunlight. It is the oak tree standing in the spacious place, where it struggled for survival against the wind, the rain and the burning sun. *(Napoleon Hill)*

- Always thank those who bring me adversity. *(Chinese Buddhist Studies)*

- Many people live happily despite struggling with adversity, and there are many more miserable people living amid wealth. *(Tacitus)*

- It is in the darkest moments that we must concentrate to see the light. *(Aristotle)*

- Life is very interesting. In the end, some of your greatest pains become your greatest sources of strength. *(Drew Barrymore)*

- Adversity pulls people together and creates beauty and harmony in life relationships, as well as the cold of the winter creating ice flowers on the cells of the glass, which then melt away in the warmth. *(Soren Kierkegaard)*

- I have always believed, and still believe that whether a situation is fortunate or catastrophic for us, we can always give it meaning, and turn it into something worthwhile. *(Hermann Hesse)*

- Don't say that one or the other appears to hinder you. They only appear to challenge you. *(Muriel Strode)*

- Adversity can sharpen you, if you have reason to overcome it. *(Ray Kroc)*

- Anything that upsets you is your teacher. *(Ajahn Chah)*

- Every adversity, every failure, every pain carries within it the seed of an interest equal to or greater. *(Napoleon Hill)*

- The best way out is always the way through. *(Robert Frost)*

- Oh, but you know, you do not never achieve anything without trouble ever. *(Margaret Thatcher)*

- Sometimes adversity is what you need to face in order to become successful. *(Zig Ziglar)*

- The more you face and overcome many obstacles, the more you stumble and go back on the road. The more you fight and conquer many hardships, the more naturally you will become resilient. There is nothing to stop if you are resilient. *(Jim Rohn)*

- Adversity will always appear, so go through hardships and learn from them. *(Jim Rohn)*

122. JADE IS ONLY A PEARL

- Gem is only a gem when grinding, otherwise it is a stone.

123. DOUBT - BELIEF

- If you believe, do not expect; if you doubt, do not believe.

- I'm not upset that you lied to me, I'm upset that from now on I can't believe you. *(Friedrich Nietzsche)*

- Forgiving a person is quite simple, but to continue to trust is not easy. *(Anonymous)*

- Honesty is the cornerstone of all success, without which confidence and ability to perform shall cease to exist. *(Mary Kay Ash)*

- Doubt is not a pleasant condition, but certainty is absurd. *(Voltaire)*

- Suspicion is the companion of mean souls, and the bane of all good society. *(Thomas Paine)*

- Doubt is natural. People start with suspicion. You will learn in skepticism many benefits. It is important not to identify yourself with skepticism, that is, do not grasp it, cling to it. Attaching to doubt will lead you to a vicious cycle. Instead, watch the whole process of doubt, of wonder.

Look who is skeptical. Doubt comes and goes. That way you will no longer be the victim of doubt. You will go beyond doubt and your mind will be quiet. Then you will see everything come and go clearly. In short, let all your attachments go away; pay close attention to the doubt. It is the most effective way to end doubt. Just by simply observing the doubt, the doubt will disappear. *(Zen Master Ajahn Chah)*

124. THE STUPID

- He is like a rooster thinking the sun rises to hear it crowing.

- Foolish people bite each other.

- A stupid man considers himself as wise, that's the real stupidity.

- Knowledge makes us humble, foolishness makes us arrogant. *(English Proverb)*

- The difference between stupidity and genius is that genius has its limits. *(Albert Einstein)*

- A fool thinks himself to be wise, but a wise man knows himself to be a fool. *(William Shakespeare)*

125. THE FOOLISH - THE WISE

- From the errors of others, a wise man corrects his own. *(Publilius Syrus)*

- It is unwise to be too sure of one's own wisdom.

It is healthy to be reminded that the strongest might weaken and the wisest might err. *(Mahatma Gandhi)*

- Knowledge is proud that it knows so much; wisdom is humble that it knows no more. *(William Cowper)*

- Intelligence makes us feel wiser than when seeing others ignorant. *(W. Goethe)*

126. THE WORTHY TALENTED ONE

- It's easy to make a crown but finding a head to wear it is difficult. *(Goto)*

- Destroy the poison, transform the violence. There are the human and the wise present, among them, there are heroes. *(Nguyễn Trãi)*

- There is something rarer, more subtle, more unusual, that is, recognizing the talents of others. *(Khapbac)*

- There is only one thing in the world where we bow our heads in admiration: it is to a genius and the only thing we have to kneel to in respect is kindness. *(V. Hugo)*

127. THE PERSONALITY

- Irritability is the most obvious drawback of dignity. *(Dante)*

- A person called self-interested is not because he seeks his own interests, but because he often forgets the interests of others. *(Dickens)*

- Every saint has a past, and every sinner has a future.

- Everything has a nice face, but not everyone can see it. *(Confucius)*

- Ethics grow in the sunshine of kindness.

- All humanity is passion; no passion, no religion, no history, no fiction, no art. *(Balzac)*

- Money is like chalk ground; human meaning is like metal.

- Being a general must take in consideration the basic cause and effect as root, and have a brave mind. *(Nguyễn Trãi)*

- Selfish people should often die because of interests, great people respecting the honor should be famous because of rightness.

- Officers think about old age with fame, human beings think about the day of death as a rule, so that they must create and leave something good behind for the human world. *(Hùng Hoàng Bị)*

- The heart is inherently fragile and unstable. Therefore, believe in the goodness, kindness, personality and energy, but do not believe in the immutability of human perception and affection. Believe that you are loved in this moment, but don't be sure that you will be loved forever. If we make room for change, we will avoid many deep hurts. *(Phạm Lữ Ân)*

- Having enough virtue means knowing your virtue is not enough. *(Francis Quarles)*

- People keep these six words, "the Heaven Nature, the Nation Law, Human Feelings" for a lifetime without sin.

(1) The Heaven Nature: Everybody is subject to nature's laws.

(2) The National law: We must follow the national rules.

(3) The Human Feeling: Human's characteristics. *(Bảo Huấn)*

- Personality is richer than wealth. (Amos Lawrence)

- If someone says something bad about you, live so no one will believe it.

- The older we are, the more manners we have,

The more challenges, the stronger, our spirit becomes. *(Nguyễn Trãi)*

128. THE TOLERANCE

- There are things we cannot endure; they will make us suffer. But if those can endure, they are a source of happiness for us.

- The highest limit of patience is no talking, no anger.

- It's very easy to want to be angry, very difficult to be patient.

- Be patient a little, then the wind becomes quiet,

Take a step back to see the high sky.

- Usually if we forget to be patient, there is a big disaster.

- If there is patience, there will be peace,

  Let calmness merge in the large heart.

- We can endure humiliation to keep our body safe,

  More patience winning or losing to keep the peace,

Yield in a quarrel to let open the heart,

Transform the lust to become pure.

- Living in the house is nothing better than being ''moral'', Going out into society, nothing is more precious than "a patience".

- Patience is the most precious virtue in follow in the world.

(1) Moral: What is right, being upright to correct discrepancies.

(2) Patience: Giving, yielding, tolerating to be smooth. *(Tiết Tư Am)*

- A little bit angry, a little bit greedy,

The whole life is miserable,

Hundreds of good, thousands of patience,

Leisurely every day enjoy. *(The Most Venerable Thích Thiện Siêu)*

- Since ancient time, heroes, just because they didn't yield, many big issues failed. *(Lâm Thoái Trai)*

- The word ''patience'' is covered in gold,

Whoever is patient, will live longer,

Want to pass on the harmony from young to old?

Patience is the valuable characteristic you want to remember.

-King and his solders could keep the harmony,

The stable state secure without shaking,

Father and son are more patient,

Full family are warm happy.

Husband and wife must have more patience,

Then their children will avoid being alone,

Brothers should yield in behavior,

Their care is developed without indifference.

Endurance among friends to live in harmony

Then love does not fade away.

Each thing is following each patience

Love will respectfully follow. *(Minh Đạo Gia Huấn)*

- Please understand the words foolish and wise

What is foolish, what is wisdom

Wisdom in invasion is foolish

If foolish know how to be patient, they are wise.

- Sometimes patience is selfless,

Sometimes patience adds friends, fewer enemies,

Sometimes patience pretends to be foolish,

Without competition in gain or loss to practice the good manner.

129. MANKIND

- If we do not devote ourselves to the service of humankind, whom should we serve? *(John Adams)*

- Each person's temperament blooms like a wild weed or a fragrant flower. Educators must cultivate and remove grass at the same time.

- It became surprisingly clear that industry and technology have far surpassed humanity. *(Albert Einstein)*

- Do not lose faith in humanity. Humanity is the ocean. A few drops of tainted water do not make the ocean dirty. *(Mahatma Gandhi)*

- Without words, without writing and without books, there will be no history, no concept of humanity. *(Hermann Hesse)*

- Sexuality is the source of all action and humanity. *(Blaise Pascal)*

130. THE CAUSE-EFFECT

- If you want to enjoy the fruit, do not pluck flowers.

- The future is purchased by the current. *(Samuel Johnson)*

- The person is sitting in the shade today because they planted trees long ago. (Les Brown)

- Life is an echo.

What you sent; it will return.

What you plant, you will reap.

What you give, you will get back.

What you see in others, will exist in yourself.

- Shallow people believe in luck. Strong people believe in cause and effect. *(Ralph Waldo Emerson)*

- The act that makes us, or spoils us is the result of our behavior. *(Victor Hugo)*

- Each person receives from his life what he has put there.

- A man has cause for regret only when he sows and no one reaps. *(Charso Goodyear)*

- Causes and consequences are two sides of a problem. *(Ralph Waldo Emerson)*

- Father does what is not good, children cannot stand; children do bad things, father cannot stand.

Doing good is blessing themselves, making evil bring suffering. *(Buddhism)*

- All our actions are capable of causing suffering, and everything we do has consequences with echoes far beyond what we can imagine. This does not mean that we should not act. It means we should act carefully. Everything should make sense. *(Sylvia Boorstein)*

- We should seriously think before closing the door, before burning the bridge, before cutting the branches that we are sitting on. *(Richard L Evans)*

- Good deeds done the day before, blessed bliss the next day. *(Indian proverb)*

- How great the toleration, how big the amount of bliss. How evil the intrigue, how harmful the plague's consequences?

- Good deeds meet good results

Practicing evil reap badness

Sowed the seed

He must reap the fruit. *(Samyutta Nikàya)*

- Just do your best, heaven will give something else we deserve.

- Heaven can make a disaster that can be avoided.

A disaster caused by ourselves cannot be avoided.

- The wicked whom human beings are fearful of, heaven is not afraid; the honest man, human beings are jealous of, heaven is not jealous. *(Tăng Quảng Hiền Văn)*

- Cause and effect don't owe us anything, so please don't resend. *(Chinese Buddhist studies)*

- People often seek the fastest and easiest way to get what they want immediately without considering much about the consequences of those behaviors in the long term. *(Brian Tracy)*

- I don't just live for myself. Thousands of threads connect us to our fellow man and between those threads, our emotions and actions become causes, and they come back to us as a result. *(Herman Melville)*

131. SPEED

- Speed is needed, but hurrying is bad.

- Take time for all things: great haste makes great waste. *(Benjamin Franklin)*

- Old enemies and new friends; if wise don't rush to believe. *(English proverb)*

132. THE LANGUAGE

- The language of beauty is respectful but moderate. *(Lễ Ký)*

- Smiles are the language of love. *(David Hare)*

- The most precious mind has insight and loyalty; the most precious appearance is dignity; the most precious language is simple and true. *(Noname)*

- But if thought corrupts language, language can also corrupt thought. *(George Orwell)*

133. THE SMOOTH SUCCESS

- Soft brakes hard, weak strong wins, so the soft tongue often remains, while hard teeth are often broken. *(Lao Tzu)*

- Gentleness usually wins the solidness. *(Japanese proverb)*

134. THE CONCESSIONS

- Concessions are not condescending, admitting the error is not humiliating.

- Sometimes you have to concede and pretend that a radish is a pear. *(German Proverb)*

135. THE FAITH

- Optimism is the belief that leads to achievements.

There is nothing you can do without hope and confidence. *(Helen Keller)*

- Sometimes life will throw bricks at your head. Do not lose faith. *(Steve Jobs)*

- We all have our own lives to pursue, our own dreams to weave, and we all have the power to make dreams come true, as long as we keep our faith. *(Louisa May Alcott)*

- Going ahead is a job that requires the desire to believe in yourself. That's why some people with mediocre talent but a great progress will go further than those with remarkable talents. *(Sophia Loren)*

- Optimism is the seed on the land of belief; pessimism is the seed stored in the basement of suspicion. *(William Arthur Ward)*

- You cannot connect points in your life when looking ahead; you can only connect them when you look back. So you have to trust that those points will connect in the future. You have to believe in something - courage, destiny, life, karma, whatever.

This approach has never let me down, it has made all the difference in my life. *(Steve Jobs)*

- Believe that life is worth living... and your beliefs will help establish that truth. *(William James)*

- The seemingly crazy world we are witnessing is the result of an inactive belief system. To see the world differently, we must be willing to change our belief system, let the past pass, expand our awareness of the present and melt away the fear in our minds. *(William James)*

- To do great things, we must not only act but also dream, not only plan but also have faith. *(Anatole France)*

- To do great things, you must first believe in them. *(Arsene Wenger)*

- Faith is needed for people. It is miserable for those who do not believe. *(Victor Hugo)*

- Faith is the power that can make a broken world appear in the light. *(Helen Keller)*

- Live your beliefs and you can turn the world around. *(Henry David Thoreau)*

- Faith... must be reinforced with arguments... when belief is blind, it will die. *(Mahatma Gandhi)*

- Don't put all your trust in someone. Keep a little for yourself. So even if we lose faith in the person we love the most, we still have ourselves to believe in.

- Always, anywhere, and for anyone, it's wrong to believe in anything without enough evidence. *(William James)*

- Follow the path you can take with faith and respect, no matter how narrow and crooked it is. *(Henry David Thoreau)*

- Believing that you know the ocean is outside because from this point you are able to see the stream. *(William Arthur Ward)*

- Society exists thanks to belief, and develops thanks to science. *(Henri Fredric Amiel)*

- A small but determined spirit, nurtured by a strong belief in your mission, can change the course of history. *(Mahatma Gandhi)*

- The smallest seed of belief is much better than the biggest happy fruit. *(Henry David Thoreau)*

- Everyone has to do two things on his own: his belief and his own death. *(Martin Luther)*

- The believers are strong; the doubts are weak.

Strong faith transcends great actions. *(Louisa May Alcott)*

- Sometimes you have to believe in the beliefs of others until you find your own. *(Les Brown)*

- Faith will overcome fear, failure does not mean losing, and time will heal all pain.

- People need to pour less of their trouble on their surroundings, and learn to show willpower, personal responsibility in the field of belief and morality. *(Albert Schweitzer)*

- Without faith, it will never be actualized.

- And if there is no sincerity, everything is zero.

- People live by believing in something: not by discussing and arguing about too many things. *(Thomas Carlyle)*

- A person who has lost faith in himself will certainly lose even more valuable things.

- Belief sees lovely flowers in a bud, beautiful garden in a seed, and large oak tree on a hill. *(William Arthur Ward)*

- Loyalty to yourself is essential to the well-being of each person. Loyalty is not about believing or not believing, it is about believing that you believe what you don't believe. *(Thomas Paine)*

- Faith creates reality. *(William James)*

- Your beliefs indicate who you are. *(Oprah Winfrey)*

- When people are young, they have an abundance of the freshest beliefs to give and receive.

- This is where you will win the war - in your own soul. *(Maxwell Maltz)*

- If a person does not have a little faith in his heart, how can he achieve the desired thing? Only with faith can you be sure that you will be able to achieve your goals. *(Thiên nga đen - Nhan Nguyệt Khê)*

- What we can or cannot do, what we consider possible or impossible, is rarely an indication of our true ability. Indeed, it is an expression of our beliefs and ourselves. *(Tony Robbins)*

- Faith and doubt accompany, they complement each other. People who never doubt will never truly believe. *(Hermann*

Hesse)

- A person with faith is the same with ninety-nine people only interested (without faith). *(Peter Marshall)*

- The tree said: My strength is faith.

- I know nothing about my father, I know nothing about the thousands of children that sprout from me every year.

- I live to the end of my seed secrets, and I don't care about anything else.

- Those do not believe in the miracle face the certainty that they will never be part of it. *(William Blake)*

- What you believe strongly becomes your reality. *(Brian Tracy)*

- Think positively and adeptly, with confidence and faith, and life will become more solid, filled with more action, richer in experience and achievements. *(Eddie Rickenbacker)*

- When people are young, they have plenty of the freshest beliefs to give and receive the love. *(Anh Khang)*

- Blind faith trying to keep the truth safe in his hands with the tightening force will kill it. *(Rabindranath Tagore)*

- How pity for the young whose hearts have not nurtured the hope, love and believe in life. *(Joseph Conrad)*

- People almost always come to their beliefs not on the basis of evidence, but on the basis of what they find attractive. *(Blaise Pascal)*

- Tomorrow will be okay, we all have to believe, because you have to keep living, so you will have to try, the value of life is just a blink of an eye at dawn.

- The foundation stones for balancing the success are honesty, integrity, belief, love and loyalty. *(Zig Ziglar)*

- If you believe what you are doing, don't let anything stop you. Most of the world's greatest achievements have been made before, seemingly impossible. The only problem is how to complete it. *(Dale Carnegie)*

- Courageous people are always full of trust. *(Marcus Tullius Cicero)*

- Aspiration strengthened by belief will not come from the impossible. *(Napoleon Hill)*

- Take a cup of love, two cups of loyalty, three cups of forgiveness, four liters of faith and a barrel of laughter. Use faith to mix love and loyalty; mixed with tenderness, kindness and understanding. Give more friendship and hope. Sprinkle a lot of laughter. Use the sun to grill. Regularly cover with lots of hugs. Be generous and offer these meals to others every day. *(Zig Ziglar)*

- Determine what you want, believe that you can have it, believe you deserve it, and believe that it is possible. And then close your eyes for a few minutes every day and visualize getting what you want, feel the emotions that accompany it. Open your eyes and focus on what you appreciate, and really enjoy it. Then continue each day and release that feeling into the Universe and believe that the Universe will find a way to make it come true. *(Jack Canfield)*

- I can only get to the destination with the planned vehicle, in which we have to believe strongly, and with it we have to act vigorously. There is no other way to success. *(Pablo Picasso)*

- You have to believe in the possibilities. You have to believe that tomorrow will be better than today. And this is important. Believe in yourself. *(Jim Rohn)*

- Belief is the ability of what still does not exist.

However, belief can turn difficulties into reality, positive reality. *(Jim Rohn)*

- Few people realize that their lives, the core of their personalities, their abilities and daring, are just the appearance of their beliefs in the security of their surroundings. *(Joseph Conrad)*

- There are two different types of people in the world, those who want to know, and who want to believe. *(Friedrich Nietzsche)*

- Here the way of man divided. If you want to seek happiness and peace of mind trust; if you want to seek the truth, ask for it. *(Friedrich Nietzsche)*

- If you believe and you believe strongly, you cannot fail. *(Ray Kroc)*

- Don't limit yourself. Many people limit themselves to what they think they can do. You can go as far as your mind allows. Remember that you can achieve what you believe. *(Mary Kay Ash)*

136. THE HASTY

- Do not ask for fruit at noon when you just see the tree at the morning. *(China)*

137. THE SMILE

- Suffering alone is not enough. Life is full of suffering but it is also wonderful... How can one smile when it is full of sorrow? Learn to smile at your sadness, because you are not just that sadness. *(Thích Nhất Hạnh)*

- The world is always brighter from behind smiles.

- Life is like a mirror, we achieve the best results when we smile at life.

- There are hundreds of languages in the world, but when everyone laughs, they speak the same language.

- The shortest distance between two people is a smile.

- A smile is worth a thousand words.

- Count your age by the number of friends, not the number of years. Count your life with smiles, not tears. *(John Lennon)*

- If you see a friend who has no smile, give your smile to that person.

- When life gives you a hundred reasons to cry, show your life that you have a thousand reasons to laugh.

- May love hidden deep in your heart to find love waiting for you ahead in your dreams.

- May the smile you find tomorrow, erase the pain you find in the past.

- Smile, even though it is a sad smile, because it is tragic you do not know how to laugh.

- Smiling faces do not mean that sadness does not exist! That means they can tame it. *(William Shakespeare)*

- To really laugh, you must be able to take your pain out and play with it! *(Charlie Chaplin)*

- We laugh because we are happy; we are happy because we laugh. *(William James)*

- Laughter is the sun chasing winter from the face of man. *(Victor Hugo)*

- Laughter is the best medicine (ten bags of nutritious medicine).

- Nothing stands up at the burst out of laughter. *(Mark Twain)*

- A day without laughter is a wasted day. *(Charlie Chaplin)*

- The smile of joy is closer to tears than to laughter. *(Victor Hugo)*

- Let us always meet with smiles, because smiles are the beginning of love. *(Mother Teresa)*

- In a smile that promises tears. *(Lord Byron)*

- Today can be an invigorating day for you and for others if you take the time to give someone a smile, to say a kind word, to extend your hand to the person in need, to write a thank you, to give encouragement to someone who is trying to overcome trouble, and to share a part of material wealth with those around them. *(William Arthur Ward)*

- The brightest smiles hide the deepest secrets.

- The prettiest eyes have ever shed the most tears.

- And the most kindhearted hearts suffer the most.

- Count the garden with the flowers, not by the fallen leaves. Count your life by smiles, not by tears rolling down your cheeks.

- I always know looking back the tears will make me laugh, but I never knew looking back at the smiles will make me cry.

- A house with lots of laughter is also a house with lots of troubles. *(Edward Young)*

- A warm smile is a common language in kindness. *(William Arthur Ward)*

- If not allowed to laugh in heaven, I do not want to go there. *(Martin Luther)*

- Smiles will give you a positive nuance that makes others feel comfortable around you. *(Les Brown)*

- Smile more than crying, give more than receive, and love more than hate.

- Every time you smile at someone, it is an act of love, a gift, a beautiful thing. *(Mother Teresa)*

- I always have many obstacles in life. But my lips don't know that. They always smile. *(Charlie Chaplin)*

- A smile is a window on your face to show that your heart is at home.

- I have discovered why people laugh. They laugh because life is full of sorrow... because that's the only way the heart can stop hurting. *(Robert A Heinlein)*

- Humans only have one really effective weapon, which is laughter. *(Mark Twain)*

- Never stop smiling even if you are sad, someone might fall in love with your smile. *(Gabriel Garcia Marquez)*

- Laughter is one of the perks of reason, only appearing in humans. *(Thormas Carlyle)*

- I believe that imagination is stronger than knowledge, myths are more convincing than history, dreams are more powerful than reality, hope always triumphs over experience, smiles are a remedy for suffering, love is stronger than death. *(Robert Fulghum)*

- Beauty is power, and smile is a weapon. *(John Ray)*

- I'd rather be an optimist. Even though I'm wrong, at least I have a smile on my face. *(Katrina Mayer)*

- You don't stop smiling as you get older, you get older because you stop laughing. *(George Bernard Shaw)*

- Be the reason for someone's smile today. *(Katrina Mayer)*

- As a general rule, freedom of any nation can be measured by the amount of laughter.

- People rarely pay attention to old clothes if you put on a smile. *(Lee Mildon)*

- Laughter is not only a sign of strength, but also itself is strength.

- Smile, it's the key that can open every heart. *(Anthony J. D'Angelo)*

- Every time you smile at someone, it is an act of love, a gift for that person, something very beautiful. *(Mother Teresa)*

- A woman who always has a smile and a happy face that owns her own beauty no matter what she wears. *(Anne Roiphe)*

- When the baby laughed for the first time, the laughter broke into thousands of pieces, and they shot everywhere, and that was the starting point of the fairies. *(James M. Barrie)*

- The language of laughter is the same for everyone.

- At the end of the day, the only questions I will ask myself are...

Am I loving enough?

Am I laughing enough?

Do I make a difference? *(Katrina Mayer)*

- The most wasteful time is a passing day without laughter.

- Smile at each other, regardless of whether you are acquaintances. That smile will reach the hidden corners of the soul and shine even the darkest place.

- I have cried enough for a lifetime. Today I decided to laugh. (Katrina Mayer)

- You are given thousands of reasons to laugh every day. So, don't focus too much on one reason to frown. *(Katrina Mayer)*

- Most smiles start with other smiles. *(Frank Clark)*

- I laughed yesterday, I laughed today, and tomorrow I will still laugh just because life is too short to shed tears. *(Santosh Kalwar)*

- An angry hand cannot beat a smiling face.

- The act speaks louder than words, and a smile says, "I love you. You make me happy. I'm glad to see you". *(Dale Carnegie)*

- Smile, it's the talent key that can open the hearts of everyone.

- You haven't lost your smile yet, it's right under your nose. You just forgot it was there.

- Smile is the light of the soul's window on the face, letting people know that you are here.

- A smile is a welcome that every language understands. *(Max Eastman)*

- A smart person uses a smile to conquer the world, a fool can be conquered by indignation.

- Smile is the language of love. *(David Hare)*

- Keep laughing, because life is so beautiful, and there are so many things for us to laugh at. *(Marilyn Monroe)*

- The love of the young is the affection, whether it is self-tasted or passes away later, when recalling, all you have for it is just a smile, maybe a gentle smile.

It could also be a bland smile. The crazy person and the arahant (a saint in Buddhism) both know how to smile, but the arahant knows why he is smiling and the crazy one doesn't know. *(Ajahn Chah)*

- Smiling, that smile contains many meanings, imparting emotion to the heart as a philosopher once said: Smiling is the most beautiful demonstration of humanity.

- Perhaps the price of maturity is to exchange fewer smiles, taking away the tough shell to equip yourself in this complex society.

138. WITHOUT A PERMANENT PLACE FOR REFUGE

The Western proverb says, "Rely on a wall, a wall will fall, lean on a branch, a branch will break, on a human, a person will die".

139. THE FAVOR

- Receiving a gift is to carry gratitude; giving a gift is to pay a debt.

- Serving for a person who became broken, you leave him behind is unloyal, but not to go is unwise.

- A coin with two opposite lip marks.

- The humanity and justice flowing by the money.

- Almsgiving: Yield the rice and clothes.

- Throw a bowl after eating rice without thanks and run away with a tail curved.

- People like silkworm eat mulberry leaves, but have not released silk.

- Leaves fall back to their roots.

- After the battle of swords and guns, the daily life of a rice and dress is still in debt to them

- Experienced the suffering ocean, people never forget with such gratitude roots.

- Break spring buds, thanks to trees for leaves.

- Eat new rice, thank you farmers creating the harvest season.

- Do not put money over the word meaning

- Do not put evil to extinguish the goodness.

- Weeds have to be uprooted, flowers are nurtured,

- To create a more beautiful spring garden.

- Good people put up, bad people pulled down

- Building a happy village.

- Bear the winter, your country roses are still blooming white.

- Experience the wind, hibiscus in our hometown are still green.

140. THE QUALITIES

- The pity is neither that a person is born or dies, nor is it a loss of money, houses, property. All Of that do not belong to humans. It is pitiful when a person loses his true property: Dignity.

- The spiritual qualities cannot be compromised by the ugly appearance, while the beauty of the soul shines out.

141. THE MANNER

- In mankind, some people are as the gravestone, others are jade. *(India)*

- The source is clear, the water is pure.

- Turbid source, turbid water. *(Tuân tử)*

- Nearly a new person, we can not guess his mind; nearly a stranger, we worry at his appearance. *(English)*

- The human tongue is the steering wheel of the train. *(Amenhemhat)*

- Sincerity is the source of all genius. *(C. Becne)*

- As a human being, you must avoid the sweet mouth but sour stomach, untrue belly and short intestine. *(Tây Nùng)*

- Tiger skin is on the outside

- Human heart is inside. *(Laos)*

- Roses keep their fragrance with thorns

The bee keeps aromatic honey with its venom. *(Ngãi Thanh)*

- When living well, the biggest virtue is moderation.

When disaster strikes, the greatest virtue is resilience. *(Becon)*

- People who know how to raise big will not think about themselves. *(Trang Tử)*

- The person not afraid of poverty and unshakable at misery, cannot be subdued. *(Epiquya)*

- Should work in a commendable way, but should not work to be commended. *(L. Tonxtoi)*

- Love someone, you should know his bad things. Hate anyone, must know his goodnesss. *(Confucius)*

- Having a good night, become a fairy

Disturbing one night into owls. *(Vietnam)*

- People leave all the miscellaneous clevers to growing up wisdom. *(Zhuang Zi)*

- Saying smoothly that you can stop speaking. The cheerful mind can be paused, the dear love that you can moderate, not being patient can never be like that. *(Vương Thủ Nhân)*

- Iron is too old, broken easily. *(Laos)*

- The greatness is that you don't feel jealous when you see others achieve the successes that you desire. *(Esenbac)*

- Let's eat what you like. Let's wear what everyone likes. *(Arabic)*

- Introverted is the bathing in love. *(L. Cuodoa)*

- Hot heart cold hand. Hot hands and cold heart. *(France)*

- Sweet talkers have tigers in their intestines; A smart speaker has a bear in his heart. *(Thailand)*

- Dry firewood for burning the wet firewood. *(Taluymot)*

- Angry at a louse, burning a shirt. *(Vietnam)*

- Sharp knives don't choke. *(Laos)*

- Afraid of tiger even its feces. *(Russia)*

- Don't despise small things: Small holes are enough to wreck boats. Do not despise tiny items, a young worm is enough to harm a life. *(Quan Doãn)*

- Modest deceit is the most delicate thing. *(Labryre)*

- The smarter and better person who easily reacognize more good things of other people. *(Paxcan)*

- Eating too much destroys the appetite, anger too much loses the awakening. *(Vietnam)*

- Empty vessels make the big noise. *(The West)*

- The skillful is taller than the strong. *(Phocolit)*

- Loving someone should not compare him with someone else. *(Becna Granso)*

- Do not stumble before life, that is very good. But stumble and then get up and go up, even better. *(Erebua)*

- Are you angry because there are ungrateful people in the world? Please consult your conscience whether all those who please you see you as grateful. *(L. Seneca)*

- All is conquered by gentleness and not by violence. *(Decac)*

- There is no more noble duty than helping the fallen. *(P. Ovidi)*

- The wise men, the truth is like the rice flowers. When they were young, they proudly raised their heads, but when the seeds were full, they began to humbly lower their heads. *(Moongtenho)*

142. THE EXPLANATION

- Do not explain, your best friend will understand you, and the enemy will not believe you. *(Elbert, Hubbard)*

143. THE REFLECTION - THE MIND

- If you can't do anything about it then let it go. Don't be a prisoner to things you can't change. *(Tony Gaskins)*

- I am not afraid of suffering or dying. I'm just afraid of not being able to win the weak moments of my heart and for me the most glorious victory is winning myself.

- An illness caused her to be hospitalized for two months. The illness affected her nervous system and she could not speak, and she lost the ability to take care of herself. A normal person can change in an instant.

144. THE LAW

- The law where the country orders the individual to respect the freedom, conscience and belief... for each person. *(Lorex)*

- Laws are spider webs through which the big flies pass and

the little ones get caught. *(Balzac)*

- Good people do not need laws to tell them to act responsibly, while bad people will find a way around the laws. *(Plato)*

145. THE WOMEN

- Women are born with more features and intuition than men.

- How sad for women who are beautiful but have an unhappy life!

- There are no ugly women, only women who do not know how to make up. *(Phrangxo)*

- A wise woman marries a man who loves her more than the person she loves.

- Lady goes back to beautiful makeup again. Proud in the human world with her ''half smile''. *(A Smile, Một Nụ Cười - Vũ Hoàng Chương)*

- Since the ancient time, dust and wind arise.

Many rosy-cheeked ladies have an unstable life.

(Đoàn Thị Điểm)

- Don't think, ''women are better than each other according to the husband'', but how does your husband understand, "Men are better than each other by the woman who accompanies".

- Even in America, a country where the ego is highly appreciated, I still see countless women who are sacrificing careers for their families. Because of the pressure of work and the importance of taking care of children, many American women today still choose to temporarily stop work to stay at home to look after their children.

- Do not know when self-sacrifice became a title for Vietnamese women? Gradually, it became an attribute. As Vietnamese women, they must sacrifice. For example, a Vietnamese widow, especially in rural areas, would have to face detractors if she wanted to get married again.

- I do not want to think that sacrifice is the identity of Vietnamese women. After all, sacrifice is only beautiful when it's a voluntary act. If turned into an attribute, it will become a solid metal, binding dreams and aspirations.

146. THE MERIT

- The hand giving roses always smells good.

- One person earn merit, thousands of beneficiaries

A tree blooms flowers, thousands of trees are fragrant.

147. THE PAST - THE FUTURE

- Every saint has a past and every sinner has a future. The past is only a past by another opening.

- The distinction between the past, present and future is only a stubbornly persistent illusion. *(Albert Einstein)*

- Don't count what you lost, cherish what you have and plan to gain because the past never returns but the future may fulfill the loss.

- With the past, I have nothing to do; nor with the future. I live now. *(Ralph Waldo Emerson)*

148. THE HOMELAND

How old is the moon?

How old is the mountain called the mountain?

And there is the moon still there is a homeland

Although the river ran out or stone is worn

The country still has an old oath

Are the mountains known or not?

Water goes to the sea and rain back to the source

Water and mountain are reunion also.

(Thề Non Nước - Tản Đà)

- Family love is the seed of homeland love and social virtue. *(P. Bokentanô)*

- You can make people leave their homeland, but you cannot rob their homeland in their hearts. *(Dos Parsons)*

- No country is as subdued as the fatherland. *(Homer)*

- It is the remains of ancestors who created the country. *(Lamactin)*

- Leaves fall back to their roots

The dead fox after three years returns to the mountain. *(Vietnamese proverb)*

- Do not ask what your country has done for you, ask what you have done for your country. *(John F. Kennedy)*

- Love for the country is the mountain peak and the riverbank- But ultimately blood flows forever.

- Nine lands of other people is not equal to one of our own land. *(Thai Proverb)*

- Whoever dies for his homeland lives forever. *(Gandhi)*

- I fall in love to the root

My homeland is small

If only I had to die a thousand times

I vow to die in my homeland

If I were to be born a thousand times

I vowed to live in that place my hometown.

(Neruda)

- I want to make alluvial beads for the homeland rather than making a diamond ring on the hands of the patroness.

(Nguyễn Thái Bình)

- With noble souls, the country is beloved and above all. *(Haino)*

- I regret that I only have one body to sacrifice for my country.

- It is far, but near

For the love of fellow believers and countrymen.

149. THE POWER

- Greatness is not found in possessions, power, position, or prestige. It is discovered in goodness, humility, service, and character. *(William Arthur Ward)*

- Anyone entrusted with power will abuse it if not also animated with the love of truth and virtue, no matter whether he be a prince, or one of the people. *(La Fontaine)*

- To achieve high status there are only two conditions. Must be a phoenix or a reptile.

150. THE BEAUTY - THE GOODNESS

- Good temperament compensates for ugliness, but beauty cannot make up for the lack of goodness.

- Beauty is how you feel inside, and it focuses in your eyes. It is not something physical. *(Sophia Loren)*

- Beauty without grace is the hook without the bait. *(Ralph Waldo Emerson)*

- The beauty that does not combine with the characteristics will be a flower without fragrance. *(French proverb)*

151. THE PENITENT

- Let's sincerely confess, the merit is born, the guilt disappears and finally the eternal happiness.

- Penitent is the awakening of conscience and the beginning of the journey of return to penance and renewal.

152. THE SHARING

- This is the miracle that happens every time to those who really love: the more they give, the more they possess. *(Rainer Maria Rilke)*

- The instruction we find in books is like fire. We fetch it from our neighbors, kindle it at home, communicate it to others, and it becomes the property of all. (Voltaire)

- A water-filled phoenix wing still shows a crimson color.

- Please hold hands and share life's ups and downs.

153. THE DESTINY

- Shoes also have numbers, let alone human beings.

- Unhappy people don't know how to endure unhappiness.

- Anyone is the one who created his destiny.

- Who wants to eat chestnuts must bite the broken shell.

- Indifferent moments of adolescence are years of regret for the future.

- Most elderly people end up looking for peace. At that age, they don't need money or beauty, just the peace. Peace until they close their eyes without trouble, children, friends, and others. It is the happiest thing.

- My whole life is arranged by fate. I think there is an invisible force, stronger than us, that decides everything. I only know one thing, I never planned anything in my life. *(Sharon Tate)*

- If a family has one child, it will be lonely. Two children will comfort. Three children will balance. Four will bring prosperity and the rest depends on the fate.

- Patience is the courage of the conqueror, the strength of man against destiny. *(Edward Bulwer, Lytton)*

154. THE LIVING - THE DEATH - THE LIFE

- Live as today were the last day if your life: Love, friendship, brotherly affection, human love, regret, grief, future plans, and optimism when knowing you're about to leave is enough.

This saying conveys a very meaningful awakening message. Those who are desperate or feel bored with life should ponder to nourish the spirit: When we are alive in this world, please cherish every minute.

- Life will be long, if you can use it. *(Seneca)*

- Long life does not mean much, thinking more is to live much longer. *(Letxing)*

- Dead standing than kneeling.

- After thousands of years on the earth

The soul still returns in the shadow of the moon. *(Bích Khuê)*

- Flowers are falling without choosing the kinds of land. *(Chu Mạnh Trinh)*

- Life is a dream where death awakens us. *(Hediviri)*

- Life is not a red rose carpet. Living a life is not as easy as crossing a field.

- Suffering is a century and death is an instant. *(J. B. Goretse)*

- Careless in sea is drowned

Careless in mouth, you will die unjust. *(Signing Ceremony - Lễ Ký)*

- Death is a quick and easy thing; life is much harder than death. *(Phayvanghe)*

- Death is the most terrible disaster of all, but actually it is nothing to us all, because when we are alive, death does not exist, and when death has come, we are no more.

So neither touching the living nor touching the dead. Because for the living it has not come, for the dead there is no place to suffer because of it... Taking care about the good life is to take care about the beautiful death. *(Epiquya)*

155. THE MAIN CAREER

- Father died, you have to replace, the king is in trouble, the people must be like that.

- Tu mi nam tu must make great karma.

- Career should not pray without thorns, obstacles, because without them the will will not be consistent. *(Xuyên Xuyên)*

- Contemplating carefully, the big house, the strength of a pillar could not support. Peaceful career, a person's strength cannot be held. *(Quang Trung)*

156. THE FACT - THE FAMILY

- Pleasure can be put on delusion but happiness must be on truth. *(Samfot)*

- The true meaning will lose its value, if expressed awkwardly. *(Vonter)*

- Truth as light dazzles, while false is the sunset that makes every object emerge beautifully. *(Camuy)*

- You are not the perfect person, but maybe a heart transplant I am looking for.

- Besides the craving, jealousy and frustration do not match each other; we are still together. It is marriage.

157. THE TRUTH

- Half the loaf is still bread but half the truth is not the truth.

(Dương Thu Hương)

- Love truth, but pardon error. *(Voltaire)*

- Truth is the property of no individual but is the treasure of all men. *(Ralph Waldo Emerson)*

158. THE TRUTH - THE HAPPINESS

- When you seek happiness in the physical objects, material is never enough. Take a look around. Take a look inside. *(Nick Vujicic)*

159. THE MATURITY OF A PERSON

- A person's maturity is the growth of their consciousness. And that consciousness cannot flow out of ignorance.

A person's maturity is of their mind and that mind cannot appear from unintentional work.

A person's maturity is the maturity of their strength to do and that desire cannot be a result of nature. *(Gurdjeff)*

- Making errors is a human; tripping is normal; laughing in the face itself is maturity. *(William Arthur Ward)*

160. THE RICH - THE MODERATION - THE ACCIDENT

- When living well, the greatest virtue is moderation and when faced with disaster, the greatest virtue is resilience, which is the most heroic of all virtues. Affluence of the rich often reveals human bad habits, while disaster often reveals our real virtues.

161. THE GOOD MIND

- The torn leaf temple but inside a golden Buddha.

162. THE MIND

- Mind is balanced, the world is balanced. (the Buddha)

- Every scene is not without melancholy

Sad scene where people have no fun ever.

- The Buddha's mind goes to the Buddha's realm

Karma of sentient beings stays in the realms of being (depending our mind)

- Four good ideas for life:

Looking back & experience!

Look forward & see hope!

Look around & find reality!

Look inside & find yourself!

- What lies behind us and what awaits us is only a small thing compared to what lives in ourselves. *(Henry David Thoreau)*

- Tears are a sign of the soul's inability to suppress emotions and maintain the order with oneself. *(Henri Frederic Amie)*

- Every patient takes with him/her the physician himself. *(Albert Schweizer)*

- Humans like stained colorful glass windows.

They glow and sparkle when it is sunny and bright, but when the sun goes down, their true beauty only shows if there is light from inside.

- Ethics is the action that a person takes to perfect his or her inner character. *(Albert Schweizer)*

- Beauty is what you feel inwardly, and it reflects in your eyes. That's not a physical thing. *(Sophia Loren)*

- I think charm comes from within. It is either in or out of you, and really has nothing to do with chest or thighs or sulking lips. *(Sophia Loren)*

- The last thing needed is this: Loneliness, the great loneliness inside. Going into myself for hours without meeting anyone -this is a must to achieve. *(Rainer Maria Rillke)*

- Follow your inner moonlight; don't hide the madness. *(Allen Ginsberg)*

- What lies behind you and what lies before you are not equal to what lies within you. *(Ralph Waldo Emerson)*

- I'm more afraid of what's in myself than what comes from the outside. *(Martin Luther)*

- People without an inner life are slaves of the external environment. *(Henri Frederic Amiel)*

- When we feel loving and kind to others, it not only makes others feel loved and cared for, but also helps us find happiness and inner peace. *(Dalai Lama XIV)*

- In the end, it is people who have deep and honest lives that can best deal with the unpleasant things of life outside. *(Evelyn Underhill)*

- Inside, we are all sunflowers. *(Allen Ginsberg)*

- I don't ask for a crown

As many people dream it

I am not trying to conquer any world

Except for the inner world. *(Louisa May Alcott)*

- The only journey is the journey into the interior. *(Rainer Maria Rilke)*

- Turns out the tough appearance of a person, just because he wants to hide the inferiority of the inner self, even if there is much money, cannot fill the emptiness in the heart. Each person has scars that outsiders do not know, just unfortunately exposed.

- The valable gems do not lie. *(Tâm Doanh Cốc)*

- An old Indian man once described his inner struggle as follows: I have two dogs inside. A bad ugly dog, a good nice dog. The bad dog always fights with the good dog. When asked whichdog won, he contemplated for a while and answered, the dog the most by me. *(George Bernard Shaw)*

- Beauty is not appearance. It is light shining from within. *(Katrina Mayer)*

- None of us will do anything great, unless we listen to whispers that only we can hear. *(Thomas Carlyle)*

- I have always written only for myself, to clarify with me, to understand internally what is really happening. *(Herta Muller)*

- Sometimes, a person chooses to go, neither because of lust, nor because of seduction. Simply by hearing his own heart. To respect the internal sound life of ourselves, we have had to pay huge prices. *(Đào Tường Vy)*

- Very often we see angry people who do not hear from inside. *(Frank Herbert)*

- To love a person is to share with him/her the secret that hides the deepest inside. Close your eyes when he/she comes. *(Đinh Mặc)*

- Listen to the inner light; it will guide you.

Listen to inner peace; it will nourish you.

Listen to the inner love, it will change you. It will deify you, it will make you immortal. *(Sri Chinmoy)*

- Want to see your heart easily, but having the courage to look straight ahead is difficult.

- Physical strength is not important, important is the strength of the spirit. *(Tolkien)*

- Nature has its own rules; everything is uniform and contrast in itself. Typically, a jadeite mable looks more solid than a jade, but if thrown on the ground, it easily shatters into pieces. So, the harder it is, the more easily it is broken. Just like resilience, the more tough a person is, the more often the inner weakness is as a a fragile crockery cup.

- The river teaches me to listen; you will also learn from it.

The river knows everything; one can learn everything from it. You have learned from the river that it is good to go down, sink, look for the deep bottom. *(Hermann Hesse)*

- Inside you have a quiet and solemn place where you can withdraw at any time and be yourself. *(Hermann Hesse)*

- People get lost due to themselves. External circumstances only exert more influence, and the main reason is that the inner self is not stable enough.

- The inner person is something that can endure and last long, only the slightest hope to revive.

- Sit down and take a deep breath. Everything is peaceful here. The outside world is also peaceful, all suffering is at our heart. *(Đoàn Minh Phượng)*

- Tears are something that can be seen with the naked eye, but no one can see the inner process that leads to it. *(Ichikawa Takuji)*

- You see, the sea no matter how deep, the surface of it is still quiet. In this world, something deeper than the sea is the heart of man. Sometimes smiling, this does not mean that we are not in pain, not in fear, not in despair.

- Many people think that marriage brings stability.

In fact, true peace is not the marriage that comes with it, but it is our inner self.

- When a person finds peace within himself, he will be able to bring peace to the whole world. *(Martin Buber)*

- The soul, or the life within us, is not united with life outside of us. If one has the courage to say what it thinks, it always says the opposite of what people say. *(Virginia Woolf)*

163. THE CREDIT

- Rags help hands from the heat.

- Not all clouds become thunderstorms.

- The gray soap can clean hands.

- Success is making the most of your ability. *(Zig Ziglar)*

- Please fulfill every task of your life as if it was the last job. *(Marc Aurele)*

164. THE FORGIVING

- We forgive someone then we are forgiven by others.

- Of the two who quarreled, the one who caused fault, knowing fault or forgiving is the smarter one.

- There are people who have passed through our lives leaving traces of sorrow, indelible resentment. But, after all, forgive them, not because they deserve it, but because you deserve to enjoy the peace.

- Remember the necessary things to remember; forget the necessary things to forget; live an open life, in your heart without problems, this life is beautiful.

- Willingness to forget is a psychological balancing, need to be sincere and calmly face life.

- There is a great saying: Anger is taking others' mistakes to punish yourself, remembering and not forgetting other people's shortcomings, the one who is most hurt is ourselves, because to have fun and a peaceful life, we should not investigate the mistakes of others.

- When I got out of prison and still had hatred, I was still trapped in prison, so I went to say I forgive him, leaving it all behind, and then came out to a new freedom.

- A story: Throwing a stone into the sky, does the sky hurt? Someone stoned me, but if my heart were like the sky, I would not hurt.

- If we like to love and be loved, we also learn how to cope without love and being unloved to keep the mind in balance.

- Forgiving others is to keep us peaceful; without forgiving is to harm ourselves.

- The practice of meditation on forgiveness is a great way to heal the pain of old injuries, which have prevented our hearts from trusting and loving ourselves and others. Forgiveness is the key to openness, to experience the painful lessons of the past and to enter into the unimpeded future.

165. SELF-ESTEEM

- Prudent speech is worth more than rhetoric.

- If you want to enjoy the fruit, do not pluck flowers.

- Every man who observes vigilantly, and resolves steadfastly, grows unconsciously into genius. *(Edward Bulwer Lytton)*

- One is not exposed to danger who, even when in safety, is always on their guard. *(Publilius Syrus)*

166. WINNING YOURSELF

- Win the anger by without anger.

- Win the selfish people by great action.

- Win the crafty person by trueness.

- Win the miserly people by almsgiving.

- Win the super people by virtue of humility.

- Win the people on our equal level by diligence.

- Win the inferior by donation.

- Many good people, not rich but not poor, because they do not pay attention to earning money.

- To conquer oneself is the best and noblest victory; to be vanquished by one's own nature is the worst and most ignoble defeat. *(Plato)*

- Winners win in life because they win the battle in their mind first! *(Tony Gaskins)*

- I count him braver who overcomes his desires than him who conquers his enemies, for the hardest victory is over self. *(Aristotle)*

167. THE TRIUMPHANT

- Your success and happiness lie in you. Resolve to keep happy, and your joy and you shall form an invincible host. *(Helen Keller)*

- Character cannot be developed in ease and quiet. Only through experience of trial and suffering can the soul be strengthened, ambition inspired, and success achieved. *(Helen Keller)*

- Success is not the key to happiness. Happiness is the key to success. If you love what you are doing, you will be successful. *(Albert Schweitzer)*

- Happiness: Three happy things: A healthy body, a free spirit, and a pure heart.

- The often-called happiness is not the satisfaction of desires. In fact, the purpose in life is the essential of human dignity and happiness. *(Usimxky)*

- In my situation, the happiness is just too narrow a blanket. This person is less happy while the others enjoy the large happiness. *(Nam Cao)*

- Happiness for someone who dies after having a beautiful life!

- Believe me: The happiness is only where people believe and love us.

- Who forgets his happiness to find happiness for others will meet full happiness.

- There is no greater happiness than wholeheartedly serving

a certain career.

- The false happiness makes people indifferent and arrogant. This happiness is not shared. While genuine happiness makes people delicate, this happiness is always shared.

- When the soul is full of light of a big will, a great affection, these big things dominate his life.

- Climbing not to show the world, but to see the world.

- Of all kinds of risks, the most dangerous risk is not spending time in life to make what you want.

- Go where you are welcome, not where you suffer.

- The person you spend the most time with is yourself, so try to make yourself as interesting as possible.

- If you accept your limitations, you will go beyond them.

168. THE SUCCESS - THE FAILURE

- You learn more from failure than success, don't let it stop you.

- Failure helps shape your character.

- Men never plan to be failures; they simply fail to plan to be successful. *(William Arthur Ward)*

- Develop success from failures. Discouragement and failure are two of the surest stepping stones to success. *(Dale Carnegie)*

- I hear: Scooping a ladle of sea water does not diminish the sea. Adding a spoonful of water does not make the sea full. So, good military officers neither take small wins to cheer, nor the big losses to scare. *(Nguyễn Trãi)*

- The greatest failure in life is laziness and moderation.

- Life only really makes sense once it is considered to be a struggle.

- Continuous and durable with yourself. I really like the

saying of Bill Gates, founder of Microsoft Computing Company (USA): "Be brainy and ahead of time".

- Difficult, no one looks,

- After winning the highest degree (PhD) thousands are predestined to marry.

- Rough water with seamen can make up the lake,

Empty hands can build a new good career.

- Anyone can study and pass, if they have the will. So, the Never Despise Bodhisattva often prostrated to people with the wishes that everyone can become Buddha.

- Any good success is achieved only on the ground of each person's basic education, morality and healthy lifestyle, so we see that the result of the contest is to start a new journey to perfect yourself.

- Creativity helps distinguish a leader from a disciple. *(The Creative Secrets of Steve Jobs, 2001).*

169. THE YOUTH

- Where there is a need for young people, they will be there.

- Where the hard work is, young people will be there.

170. THE FAIL

- The failure in the conquest of hearts is by the awkwardness of men rather than by virtue of the woman.

- Sometimes water is opaque, sometimes clear, people sometimes glorious, sometimes humiliating.

- Better to receive the humiliation on your face than a stain in your heart.

- The sun is either shining or close; the moon is either full or crescent; the thing is either prosperous or fading. *(Thái Trạch)*

- The story of an optimistic race despite the failure: After a student lost the position of the president of third-class pupils, her father posted the story on the social networking site, Facebook. The student's father, Morales, said that despite her failure, she was still in second place and is currently vice president of the Friends Association in her school.

- The story of Morales quickly spread and reached former President Clinton. The Morales family was shocked when the former US President sent a letter of encouragement to their daughter.

- "The most important thing is that you fought for what you believed", he wrote in the letter.

"And it is always worth it. I know you may be disappointed that you cannot win the class race, but I am very proud that you have decided to race in the first place. Because I understand, it is not easy for you to stand up and compete for a position that only boys can find", Clinton said.

171. THE TEACHER

- Your teacher can lead him to the door; achieving learning is up to everyone. *(China)*

- The example of a teacher is the most favorable ray of sunlight for the development of a young soul without any substitute. *(Usinxki)*

- We must respect our teachers, because if parents give us life, the teachers give us a decent way to live. *(Philizeene De Cythese)*

- The teacher's personality is a power that has a great influence on students, that power cannot be replaced with any textbook, any moral story, any merit reward system, or other punishment. *(Usinxki)*

- The average teacher can only speak, the good teacher can explain, the outstanding teacher can illustrate, the great teacher knows how to inspire. *(William A. Ward)*

- A truly knowledgeable teacher does not force you to enter his knowledge house, but guides you to the threshold of your thinking and knowledge. *(Khalil Gibran)*

- The best teachers teach by heart, not from books.

172. THE WORLD IS A MIRROR

- The world is a mirror in which everyone sees their faces. If you frown, the mirror will show you a sorrowful face.

- Smile at it and you will meet a happy friend there.

- Smile and the whole world will laugh with you.

If you cry, you will have to cry alone.

- Start doing the things that you need to do, then do the things you can, and naturally you can do the impossible.

- The best thing in the world you cannot see and touch, you will have to feel them with your heart.

- We can't change the direction of the wind, but we can change the way we're going to get where we want to go.

- You have to do things that you think you cannot.

- Perfection does not seem to be achieved, but if we pursue perfection then we will touch excellence.

- Try to be a rainbow in someone's cloud.

- Nothing is impossible, the very word implies that I can.

- Put your heart and spirit into the smallest things.

That is the secret of success.

- Opportunities always welcome us, take them.

- We know who we are, but we don't know what we can do.

- Failure will never happen if our determination to succeed is strong enough.

- What you do today may improve in the future.

- To succeed first we must believe we can.

- I have failed continuously in life and that is why I succeed.

- A creative person is always motivated by the desire of success, not the desire to beat others.

- Always try your best to implement your plan, you will reap success later.

- The thirst to win, the thirst of success, the thirst to touch your ability. These are the factors that make you an excellent person.

- Don't look back at what you did. Just keep going.

- You are never too old to set new goals or to dream a new dream.

- New world with a new day, starting with new thinking and new power.

173. THE TIME

- Sadness flies away on the wings of time. *(La Fontaine)*

- Have regular hours for work and play; make each day both useful and pleasant, and prove that you understand the worth of time by employing it well.

Then youth will be delightful, old age will bring few regrets, and life will become a beautiful success. *(Louisa May Alcott)*

- Do you love life? Then do not squander time, for

that is the stuff life is made of. (Benjamin Franklin)

- Ordinary people are just looking for ways to kill time, while talented people find ways to take advantage of time. *(Unknown)*

- Time is the wisest adviser.

- Gold bars are difficult to buy time.

- Tons of gold can be found, but it is difficult to buy time.

174. THE SYMPATHY - THE COMPASSION

- In the most general sense, charity is sacrifice. *(Lacoocdeo)*

- It is better to understand your suffering, and better to come to your rescue. *(Vonte)*

- If a friend lacks a smile, give your smile to him.

- The most beautiful people are those who have been defeated, suffered, struggled, lost, and found their way out of the abyss. These people have appreciation, sensitivity and understanding of life, which has filled them with compassion, tenderness, and deep loving concern. *(Elisabeth Kubler-Ross)*

- Weeds are also flowers, when you have understood them. *(A. A. Milne)*

- A friend is someone who can vent all of his heart, a heart full of rice husk, and knows that the gentlest hands will take and refine it, keeps what it deserves, and with the honest breath to blow away all the redundancy.

- Be proactive in seeking opportunities for kindness, sympathy, and patience. *(Evelyn Underhill)*

- When you see someone making a wrong decision and having trouble, maybe they need help and your sympathy is not your judgment.

- We have compassion for others in their misfortunes because we have experienced it ourselves. *(Jean Iacques Rousseau)*

- It is good when a donation is requested, but it is much better to give without asking. *(Sophia Loren)*

- How far you go in life depends on being gentle with young people, sympathizing with the elderly, sympathizing with people who are struggling and tolerant to both the weak and the strong. Because one day in your life, you will find yourself experiencing all those moments. *(George Washington Carver)*

- There is never a tonic that can cure social diseases better than a healthy and happy home. There is never a greater source of social stability than a loving and sympathetic family. There is never a way to make children happier than the words of a wise and affectionate parent. *(Richard L Evans)*

- The law of friendship states that there should be sympathy between the two sides; each makes up for what the other lacks, tries to make the other beneficial, and always uses friendly and sincere words. *(Marcus Tullius Cicero)*

- We learn in friendship that we see with the eyes of others, listen with the ears of others, and feel with the hearts of others. *(Alfred Adler)*

- Instead of condemning others, try to understand them. Try to find out why they do what they do. It is more useful and more appealing to criticism, because it produces compassion, tolerance, and history. *(Dale Carnegie)*

- Success in dealing with others depends on grasping the views of others with a sympathetic attitude. *(Dale Carnegie)*

- Even empathy cannot change reality, but it can make it easier to endure reality. *(Bram Stoker)*

- If one has never experienced suffering, it is difficult to sympathize with others.

- If you want to learn the spirit of rescuing suffering, first you must bear all suffering.

- One of the greatest accomplishments in the world is making hearts brighten.

- Those who are empathetic and consider the feelings of others are good. How it beautiful! *(Richard L Rvans)*

- I believe that you should address those who hunger and thirst for empathy. Give it to them and they will love you. *(Dale Carnegie)*

- In Buddhism, compassion is associated with wisdom. Without understanding, we cannot have deep compassion. Without understanding, we cannot be truly compassionate.

Understanding is the foundation of compassion. Each person has his own feelings, sufferings, frustrations, and if not understood, we will not be compassionatem but angry and reproachful. Without understanding, our compassion will make people suffocate throughout life. *(Thích Nhất Hạnh)*

- No one really understands the sorrow or joy of others.

- If we can share our story with people, who will respond with sympathy and understanding, there is no room for shame. *(Brene Brown)*

- Be sympathetic to the plight of others. You must know both tragedy and battle, win, fail and succeed. *(Jim Rohn)*

- We can sympathize with our friend's suffering. But it is hard to have a very nice character to be able to enjoy his success. *(Oscar Wilde)*

- Each of us has lived through misery, loneliness, floods in the open air or in our minds, so when we look at our mentor, we understand because we have also experienced that situation. We support and sympathize with each other because we are more alike. *(Maya Angelou)*

- Unable to reach the highest thinking zone without first understanding. *(Sorates)*

175. THE CHALLENGE

- If you do not go to high mountains, how can you know the slope. If you do not go into a abyss, how do you know the depth? If you do not go to sea, how can you know the wave?

- Life only gives you a ten percent chance, the remaining ninety percent is how you react to it.

- Find your three hobbies: One to make money, one to grow and one to be creative.

- To be successful, you must believe that you can.

- Nothing is impossible with someone who always tries.

- Thinking too much will ruin you. Destroying reality, changing things around, making younervous and making things worse than you think.

- Practice as if you've never won. Act as if you have never failed.

- As long as you do not stop, it is not a problem that you move slowly.

- Anyone who tries to "submerge" you, is inferior to you.

- The way to start is to stop speaking and start working.

- Listen carefully to what others have told you about someone. That's the way they will tell someone about you.

- Keep your eyes on the sky and feet on the ground.

- Always look ahead and keep your feet on the road, as long as you know where you want to go, you will definitely get there.

- There are two things to remember in life. Take care of your thoughts when you are alone and be careful with words when in a crowded place.

- Keep learning. If you're the smartest person in the room, you're in the wrong place.

- Do not lose yourself when trying to hold on to people who do not care about about losing you.

- Do difficult things when we they are still easy and do great things when we are small. The journey of a thousand miles begins with footsteps.

- Do not pay attention to your difficulties but be grateful for what you have.

- Brave to face everything means you will create but the stress is not worth it. Practice being grateful for the energy you have been blessed with.

- Being without preparation means you are ready for failure.

- Want to know who you are? Do not ask again.

Take action! Action will define who you are.

- While you see them as "crazy" people, we see them as geniuses. Because only people who are crazy enough to think they can change the world can do it.

- Never, never, never give up.

- Life is a series of ups and downs and all difficulties and challenges are only temporary.

176. MERCY IS LOOKING TO ONE SIDE

- French writer Antoine de St. Exupery, author of The Little Prince (Le Petit Prince), said, "Loving each other does not look at each other, but looks in the same direction" (Aimer, ce n'est pas se regarder l'autre, c ' est regader ensemble dans la meme direction).

- When two people love each other, they don't look at each other but they look in the same direction. *(Saint Exupery)*

177. THE POWER OF MONEY

- Money is the fairy, the Buddha,

Is the strength of springs,

As a measure of people's hearts,

A smile of youth,

As the health of old age,

As the momentum of fame,

A parasol covers your body,

A scale of justice,

In short, money is supreme.

- If money goes ahead, all roads are wide open. *(W. Shakespeare)*

- Money is the vehicle of the intelligent, the goal of the stupid. *(Deocxen)*

178. THE LAUGHTER

- R. Holden: Laughter cannot solve your problems, but it can help you deal better with them.

- If you see a friend without a smile; give him one of yours.

- Every time you smile at someone, it is an action of love, a gift to that person, a beautiful thing.

179. THE SAVING

- The whole country wasted, the countrymen are taught to be economical.

- The whole country is economical; they must be taught to keep rituals.

- Saving is an art bigger than making money. *(Germany)*

- Wealth can only be accumulated by the earnings of industry and the savings of frugality. *(John Tyler)*

- The luxury men are rich but spending is not enough; those who are economical are poor and have plenty of spending. *(Đàm Tử)*

- Due to saving, money is always available, in case of emergency, we do not want to bother anyone. *(Cadao Việt Nam)*

180. THE SEARCH

- Find someone as if looking for a bird

Birds flew to the North, I looked for the East.

- Success usually comes to those who are too busy to be looking for it. *(Henry David Thoreau)*

- You will never be happy if you continue to search for what happiness consists of. You will never live if you are looking for the meaning of life. *(Albert Camus)*

- I went all over looking for a place to meditate. I didn't realize it was already there, in my heart, all the meditation is right there inside you. Birth, old age, sickness, and death are right there within you. I traveled all over until I was ready to drop dead from exhaustion Only then, when I stopped, did I find what I was looking for... inside me. *(Zen Master Ajahn Chah)*

181. THE REASON - THE AFFECTION

- Besides, it is reasonable, but inside is the affection.

- Reach the affection and win the reasonable.

182. THE CALM - THE HIDDEN

- A calm mind naturally refreshes justice.

- A calm and modest life brings more happiness. *(Einstein)*

- Solitude is very helpful. Sometimes we should face to it to release the poison from our hearts.

- At that time, we can hear the words of pain or peaceful lie according to our ability of distraction or imagination about who we are. *(Renhie)*

- Living peacefully, gently and slowly, only the noble ideal for practicing and awakening.

- Do not rush to throw away what you consider to be imperfect. Take a closer look, maybe you will discover the hidden values in them. (Charles Joffe)

183. THE COMPETITION

- Everything in life we have in common.

- Only one word from hero or not is the competition.

(Vietnamese Folk Song)

- The rivalry is with ourself. I try to be better than is possible. I fight against myself, not against the other. *(Luciano Pavarotti)*

184. SATISFIED WITH WHAT WE HAVE

- Knowing enough is not humiliating.

Knowing when to stop is not dangerous.

- The Buddha taught: "Knowing enough is often fun, people who don't know, even in heaven,they also feel miserable". Therefore, regardless of whether we are enjoying a life of riches, good food, and beautiful clothes or living in misery, eating frugally, as long as you know enough, you are happy.

- If everyone knows to be satisfied with the present, and not have greed forever towards the abstract "enough", then everything will always be enough, no shortage.

185. THE SMART

- Smart people learn from the mistakes of others, the stupid person learns from their own mistakes.

- Adversity can make people intelligent, even if it is not possible to make people rich. *(T. Fuller)*

- Smart people like to learn, but stupid people like to teach. *(Chekhov)*

- Although we become intelligent scientists thanks to the knowledge of others, but to become a smart person, we must rely on our own intelligence. *(Voltaire)*

- If we only occasionally drink milk, then do not buy cows.

- Sharp mountains are not high, deep rivers are not large.

- A chain will break between two crazy people; a hair will not break between two wise people.

- Smart can avoid, foolish gets stuck.

- Wise or not, coming to the court to know.

- Wisdom stems from miracles.

- True knowledge is knowing that you don't know anything. Knowledge is for you to realize that you don't know anything. That is the meaning of true knowledge.

- You will become who you want to be.

- Education rekindled the fire, not just filled the boat.

- To find yourself, know how to think independently.

- Be slow when starting a friendship but once started, hold on firmly.

- After all, once you get married, if you marry a good wife you will be happy; If not, you will become a philosopher.

- Sometimes you erect walls not to separate people, but to see who cares enough to tear the wall down.

- Let the man move himself before he can move the world. The only good one is knowledge, theonly evil one is indifference.

- Satisfaction is the natural wealth; luxury is artificial poverty.

- Treat others as you would wish to be treated.

- Every action that brings satisfaction has its price.

- There is no way we can live better than when we are searching for a way to become better.

- Choosing knowledge over wealth, for some people is temporary, but for others it is forever.

186. THE COMPASSION

- Buddha taught us

Live honestly

Loving people and animals

The Law of Reincarnation.

Human animal - Animal human

All are Buddha's disciples

Lovingly harmony

The peaceful world

Sentient beings forever

Enjoy the peaceful life.

- There are apricot trees living forever

Their appearance is always fresh

Looking up to the hundreds of incenses scattered

The smile at the mouth of the compassionate Buddha.

- Wake up smiling mouth

Twenty-four hours are pure

Please pray to live fully

Compassionate eyes look at the life.

(Thích Nhất Hạnh)

- Nonviolence does not mean no action.

Nonviolence means we act with love and com passion

The moment they stopped acting, we undermine the principle of nonviolence. *(Thích Nhất Hạnh)*

- Compassion is a verb. *(Thích Nhất Hạnh)*

- Love means the ability to bring joy and happiness, and compassion, the ability to transform suffering. *(Thích Nhất Hạnh)*

- May you bring the compassion and peaceful attitude to express grievances, contentment, so that others can accept. *(Unknown)*

- Kindness means the mind without anger.

- Compassion is all loved for everyone without distinguishing

- Joining is happy and harmonious.

- Equanimity is to erase all bitterness, joy and sadness.

- The purpose of spiritual practice,

- To practice the measureless mind,

- Immortal, infinity.

- Let us be more and more compassionate.

- The more you have wisdom,

The more you benefit sentient beings...

- Because we can't change the world around us, we can't help it; you have to change yourself, facing all with compassion and intellectual mind.

- About keeping yourself clean of mistakes

Giving to the mind as a gem

For fresh wisdom flowers thousands of lives

For the beautiful fruits of compassion blooming.

- Compassion is your best weapon.

- Do not take the altar from the temple, nor do you separate compassion from the heart. *(Pitago)*

- The person who silently cares about blessing others is an invisible giving.

- If it is possible to stand at the perspective of others to think for them, that is compassion.

187. THE MUTUALITY - THE COINCIDENCE

- Due to the karma, we meet even thousands of miles away

- Without the predestined grace, the face to face but hearts are still away.

188. THE CULTURE

- Erudite knowledge is a diamond. Its light is cultural.

- You don't have to burn books to destroy a culture.

Just get people to stop reading them. *(Mahatma Gandhi)*

- A nation's culture resides in the hearts and in the soul of its people. *(Mahatma Gandhi)*

- Making the wrong political masters kill a country. Wrong culture will kill a lifetime. *(Vương Dương Minh)*

- Culture makes all men gentle. *(Menander)*

- When your neighbor plays at two in the morning, do not get angry, but wait until four in the morning to wake them up and say, "I really admire your performance". - In life, there are three things that no one can rob: one is food that has entered the stomach, two are dreams in the heart and three is knowledge remembered in the head.

- If he refused to study, even if he traveled thousands of miles, he was just a postman.

- There is no clear limit in tragedy and comedy in the world. If you have the ability to come out of tragedy, it is comedy, and if you immerse yourself in comedy, it is tragedy.

- It is always better to accept the error, rather than cover the error!

- A drop of impure water makes a glass of water impure.

- These are ponds of pen with ink.

Lifetime is wandered with paper and word. *(Nguyễn Bính)*

- Invest in a man we have a good husband, invest in a woman we have a good family, invest in a teacher we have a good generation. *(R. Tagore)*

- Action leading the thought. Thought-born chracteristics. The characteristics bear the fate.

Ordinary people are always shown to be dangerous.

Dangerous people are always shown to be normal.

- Many good people are neither rich nor poor, because they do not pay attention to earning money.

- There is a saying that the Chinese promotes the word PIOUS as the example of Maudgalyāyana who showed his pious nature to his mother (a story highly mentioned in Mahayana Buddhism).

- Korean culture honors the word RITUAL (mother eats half a cup of rice first; daughter-in-law eats the remaining half cup).

- Vietnam appriciated the word GRATITUDE: The affection for neighbors. The kindness people are honored for rather than the talented ones (doctors are less likely to be elected to the head ofa village but a gentle one who is friends with people is promoted to the post).

189. BEAT THE DRUM AT THE FRONT SITE BUT STOLE BEHIND

- Just beat the drum.

190. THE CIVILIZED SOCIETY

- Society today seems to me to be a celebration of everything that leads us away from the truth and makes it difficult for people to live with truth. It does not even want people to believe that truth exists. And all this from a free civilization is the worship of life, but in fact there is no true meaning of life. One person always says that to make people happy, which actually has blocked the path to the source of happiness. *(Sogyal Rinpoche)*

- His Holiness the Dalai Lama announced his office has an Iphone app in the Apps Store, which you can read, listen and watch his news here. When information has a powerful technology, the alliance of the information industry has turned the industry into a giant monster increasingly powerful with good and bad, indivisible man that is almost completely dependent.

191. THE DEAL WITH

- Other people's stories, please be careful.

The story of adults does not say much.

A child's story, gently counsel to explain.

Small story, say in a funny way.

Things failed to do, do not say.

Sad story, just find your soulmate.

My own story, so listen to what other people say first.

The urgent story slowly tells.

Things are not likely to happen, do not be nonsense.

Stories of hurting others, absolutely not telling.

The more the speaker talks, the more confusion.

- Love everyone, trust some people, don't offend anyone.

- Not all questions need answers.

- Few see the talent of the one who offended him.

- A person's true capacity is measured by how he treats people who give him no benefit.

- Religion teaches only two words: cause and effect.

- Buddhism has great strong compassion to overcome the bad things.

- Stay for people loved us

Go for people who remember us.

- Respect the old when you are young.

Help the weak when you are strong.

Confess the fault when you are wrong.

Because one day in life you will be old, weak and wrong.

192. THE NEW YEAR

- An optimist stays up until midnight to see the new year in. A pessimist stays up to make sure the old year leaves. *(Bill Vaughn)*

- We will open the book. Its pages are blank. We are going to put words on them ourselves. The book is called Opportunity and its first chapter is New Year's Day. *(Edith Lovejoy Pierce)*

- Spring in the dream realm

Flowers bloom in mid-air.

- Pineapple is the number one fruit for "bringing color representing money, the apple symbolizes the harmony between family members and banana the bond between relatives. In addition to these fruits, watermelon, melon, grapefruit, grapes and round fruits all bring good luck.

- New Year Greetings:

12 months full of health

52 weeks real free

365 days of success

8.760 good hours

525,600 lucky minutes

31,536,000 seconds.

- I am taking legendary steps

I am breathing wonderful breaths

I am living magical moments

You are happy on the way you go.

- New Year we are also new

People are happy, scenes will be happy.

193. THE LOVE AND UNDERSTANDING

- The act of murder occurs because people are lacking in compassion and respect for life. If one were to hold on to anger or resentment towards someone else, they would undoubtedly lose it all because their morale and tolerance were tainted before things were resolved. *(Tenzin Gyatso - 14th Dalai Lama)*

- Love must have faith. Love is the great lesson of patience.

- If you love someone, you will be happy, even in a hut. (Russia)

- Love means treating someone better than everyone, better than yourself.

- There will come a time when you realize that there are people who can only stay in your heart and can't walk with you throughout your life.

- To the world, you may be one person, but to one person, you can be the world.

- Love does not originate from money, but money nourishes love.

- There is only one happiness in the world, loving and being loved.

- Love in two hearts merging creates the same will.

- The greatest gift you can give to others is the gift of love for unconditional acceptance.

- Loving and being loved is a deep song, listening forever without being bored.

- When meeting, start with a smile, because a smile is the beginning of love.

- Sometimes the heart can see things that the eyes cannot see.

- The best thing to hold in this life is love.

- Flowers cannot bloom without sunlight, and humans cannot live without love.

- Life without love is like a garden without flowers.

- The best sound in life is the voice of those people we love.

194. THE CONFLICT - THE TOLERANCE

- Humanity faces challenges of three types which are conflicts.

1) Between mankind and nature.

2) Between people.

3) Between a person and his own individuality.

- Venerable Anuruddha: "You do not have to live with your own mind but live with the public mind".

- Discord is the great ill of mankind and tolerance is the only remedy for it. *(Voltaire)*

REFERENCE

• http://www.tudiendanhngon.vn/

• Vforum.VN

• https://chamngoncuocsong.com

• https://dotchuoinon.com

• https://ocuaso.com

• https://khotangdanhngon.com

• https://danhngoncuocsong.vn

BẢO ANH LẠC BOOKSHELF

1.1. THE VIETNAMESE BOOKS

1. *Bồ-tát và Tánh Không Trong Kinh Tạng Pali và Đại Thừa* (Boddhisattva and Sunyata in the Early and Developed Buddhist Traditions), Thích Nữ Giới Hương, Delhi-7: Tủ Sách Bảo Anh Lạc, 2005. Tổng Hợp Tp HCM Publishing: the 2nd & 3rd reprint in 2008 & 2010.

2. *Ban Mai Xứ Ấn* (The Dawn in India), (3 tập), Thích Nữ Giới Hương, Delhi-7: Tủ Sách Bảo Anh Lạc, 2005; Văn Hóa Sài Gòn Publishing: the 2nd, 3rd and 4th reprint in 2006, 2008 & 2010.

3. *Vườn Nai – Chiếc Nôi* (Phật Giáo Deer Park–The Cradle of Buddhism), Thích Nữ Giới Hương, Delhi-7: Tủ Sách Bảo Anh Lạc, 2005. Phương Đông Publishing: the 2nd, 3rd and 4th reprint in 2006, 2008 & 2010.

4. *Quy Y Tam Bảo và Năm Giới* (Take Refuge in Three Gems and Keep the Five Precepts), Thích Nữ Giới Hương, Tủ Sách Bảo Anh Lạc, Wisconsin, USA, 2008.

5. Phương Đông Publishing: the 2nd, 3rd and 4th reprint in 2010, 2016 &2018.

6. *Vòng Luân Hồi* (The Cycle of Life), Thích Nữ Giới Hương, Phương Đông Publishing: Tủ Sách Bảo Anh Lạc, 2008. Văn Hóa Sài Gòn Publishing: the 2nd, 3rd and 4th reprint in 2010, 2014 & 2016.

7. *Hoa Tuyết Milwaukee* (Snowflake in Milwaukee), Thích Nữ Giới Hương, Văn Hoá Sài gòn Publishing: Tủ Sách Bảo Anh Lạc, 2008.

8. *Luân Hồi trong Lăng Kính Lăng Nghiêm* (The Rebirth in Śūrangama Sūtra), Thích Nữ Giới Hương, Văn Hóa Sài gòn Publishing: Tủ Sách Bảo Anh Lạc, 2008. Publishing Phương Đông: the 2nd, 3rd and 4th reprint in 2012, 2014 &2016.

9. *Nghi Thức Hộ Niệm, Cầu Siêu* (The Ritual for the Deceased), Thích Nữ Giới Hương, Delhi-7: Eastern Book Linkers, 2008.

10. *Quan Âm Quảng Trần* (The Commentary of Avalokiteśvara Bodhisattva), Thích Nữ Giới Hương, Tổng Hợp Publishing: Tủ Sách Bảo Anh Lạc, 2010. Publishing Phương Đông: the 2nd, 3rd, 4th & 5 reprint in 2010, 2014, 2016 & 2018.

11. *Nữ Tu và Tù Nhân Hoa Kỳ* (A Nun and American Inmates), Thích Nữ Giới Hương, Văn Hóa Sài gòn Publishing: Tủ Sách Bảo Anh Lạc, 2010. Hồng Đức Publishing: the 2nd, 3rd, 4th, 5th & 6th reprint in 2011, 2014, 2016, 2018 & 2020.

12. *Nếp Sống Tỉnh Thức của Đức Đạt Lai Lạt Ma Thứ XIV* (The Awakened Mind of the 14th Dalai Lama), 2 tập, Thích Nữ Giới Hương, Hồng Đức Publishing: Tủ Sách Bảo Anh Lạc, năm 2012. The 2nd, 3rd and 4th reprint in 2010, 2016 &2018.

13. *A-Hàm: Mưa pháp chuyển hóa phiền não* (*Agama – A Dharma Rain transforms the Defilement*), 2 tập, Thích Nữ Giới Hương, Hồng Đức Publishing: Tủ Sách Bảo Anh Lạc, năm 2012. The 2nd, 3rd and 4th reprint in 2010, 2016 &2018.

14. *Góp Từng Hạt Nắng Perris* (Collection of Sunlight in Perris), Thích Nữ Giới Hương, Hồng Đức Publishing: Tủ Sách Bảo Anh Lạc. 2014.

15. *Pháp Ngữ của Kinh Kim Cang* (The Key Words of Vajracchedikā-Prajñāpāramitā-Sūtra), Thích Nữ Giới Hương, Hồng Đức Publishing: Tủ Sách Bảo Anh Lạc, năm 2014. The 2nd, 3rd and 4th reprint in 2015, 2016 &2018.

16. *Tập Thơ Nhạc Nắng Lăng Nghiêm* (Songs and Poems of Śūraṅgama Sunlight), Thích Nữ Giới Hương, Hồng Đức Publishing: Tủ Sách Bảo Anh Lạc. 2014.

17. *Nét Bút Bên Song Cửa* (Reflections at the Temple Window), Thích Nữ Giới Hương, Hồng Đức Publishing: Tủ Sách Bảo Anh Lạc. 2018.

18. *Máy Nghe MP3 Hương Sen* (Hương Sen Digital Mp3 Radio

Speaker): Các Bài Giảng, Sách, Bài viết và Thơ Nhạc của Thích Nữ Giới Hương (383/201 bài), Hương Sen Temple. 2019.

19. *DVD Giới Thiệu về Chùa Hương Sen*, USA (Introduction on Huong Sen Temple). Hương Sen Press Publishing. Thích Nữ Giới Hương & Phú Tôn. 2019.

20. *Ni Giới Việt Nam Hoằng Pháp tại Hoa Kỳ* (Sharing the Dharma - Vietnamese Buddhist Nuns in the United States), Thích Nữ Giới Hương, Hồng Đức Publishing. 2020.

21. *Tuyển Tập 40 Năm Tu Học & Hoằng Pháp của Ni sư Giới Hương* (Forty Years in the Dharma: A Life of Study and Service—Venerable Bhikṣuṇī Giới Hương), Thích Nữ Viên Quang, TN Viên Nhuận, TN Viên Tiến, and TN Viên Khuông, Xpress Print Publishing, USA. 2020.

22. *Tập Thơ Nhạc Lối Về Sen Nở* (*Songs and Poems of Lotus Blooming on the Way*), Thích Nữ Giới Hương, Hồng Đức Publishing. 2020.

23. *Nghi Thức Công Phu Khuya – Thần Chú Thủ Lăng Nghiêm* (Śuraṅgama Mantra), Thích Nữ Giới Hương biên soạn, Hương Sen Press, USA. 2021.

24. *Nghi Thức Cầu An – Kinh Phổ Môn* (The Universal Door Sūtra), Thích Nữ Giới Hương biên soạn, Hương Sen Press, USA. 2021.

25. *Nghi Thức Cầu An – Kinh Dược Sư* (The Medicine Buddha Sūtra), Thích Nữ Giới Hương biên soạn, Hương Sen Press, USA. 2021.

26. *Nghi Thức Sám Hối Hồng Danh* (The Sūtra of Confession at many Buddha Titles), Thích Nữ Giới Hương biên soạn, Hương Sen Press, USA. 2021.

27. *Nghi Thức Công Phu Chiều – Mông Sơn Thí Thực* (The Ritual Donating Food to Hungry Ghosts), Thích Nữ Giới Hương biên soạn, Hương Sen Press, USA. 2021.

28. *Khóa Tịnh Độ – Kinh A Di Đà* (The Amitabha Buddha

Sūtra), Thích Nữ Giới Hương biên soạn, Hương Sen Press, USA. 2021.

29. *Nghi Thức Cúng Linh và Cầu Siêu* (The Rite for Deceased and Funeral Home), Thích Nữ Giới Hương biên soạn, Hương Sen Press, USA. 2021.

30. *Nghi Lễ Hàng Ngày - 50 Kinh Tụng và các Lễ Vía trong Năm* (The Daily Chanting Rituals and Annual Ceremonies), Thích Nữ Giới Hương biên soạn, Hương Sen Press, USA. 2021.

31. *Hương Đạo Trong Đời 2022* (Tuyển tập 60 Bài Thi trong Cuộc Thi Viết Văn Ứng Dụng Phật Pháp 2022 - A Collection of Writings on the Practicing of Buddhism in Daily Life in the Writing Contest 2022), Thích Nữ Giới Hương biên soạn, Hồng Đức Publisher. 2022.

32. *Hương Pháp 2022* (Tuyển Tập Các Bài Thi Trúng Giải Cuộc Thi Viết Văn Ứng Dụng Phật Pháp 2022 - A Collection of the Winning Writings on the Practicing of Buddhism in Daily Life in the Writing Contest 2022) Thích Nữ Giới Hương biên soạn, Hồng Đức Publisher. 2022.

33. *Giới Hương - Thơm Ngược Gió Ngàn*, Nguyên Hà. XNB Hương Sen. USA. 2023.

34. *Pháp Ngữ Kinh Hoa Nghiêm* (2 tập). Thích Nữ Giới Hương. NXB Hương Sen. USA. 2023.

35. *Tinh Hoa Kinh Hoa Nghiêm*. Thích Nữ Giới Hương. NXB Hương Sen. USA. 2023.

36. *Phật Giáo và Đại Dịch Coronavirus Covid-19*. Thích Nữ Giới Hương. NXB Hương Sen. USA. 2023

37. *Phật Giáo – Tầm Nhìn Lịch Sử Và Thực Hành*. Hiệu đính: Thích Hạnh Chánh và Thích Nữ Giới Hương. Eastern Book Linkers: Delhi 7. 2023.

1.2. THE ENGLISH BOOKS

1. *Boddhisattva and Sunyata in the Early and Developed Buddhist Traditions,* Bhikṣuṇī Gioi Huong, Delhi-7: Eastern Book Linkers, 1st print 2004, 2nd reprint 2005 & Vietnam Buddhist University: 3rd reprint 2010.

2. *Rebirth Views in the Śūraṅgama Sūtra,* Dr. Bhikṣuṇī Giới Hương, Fifth Edition, Hồng Đức Publishing: Tủ Sách Bảo Anh Lạc. 2018.

3. *Commentary of Avalokiteśvara Bodhisattva,* Dr. Bhikṣuṇī Giới Hương, Fourth Edition, Hồng Đức Publishing: Tủ Sách Bảo Anh Lạc. 2018.

4. *The Key Words in Vajracchedikā Sūtra,* Thích Nữ Giới Hương,   Hồng Đức Publishing. 2020.

5. *Sārnātha-The Cradle of Buddhism in the Archeological View.* Hồng Đức Publishing. 2020.

6. *Take Refuge in the Three Gems and Keep the Five Precepts,* Thích Nữ Giới Hương, Hồng Đức Publishing. 2020.

7. *Cycle of Life,* Thích Nữ Giới Hương, Hồng Đức Publishing. 2020.

8. *Forty Years in the Dharma: A Life of Study and Service— Venerable Bhikṣuṇī Giới Hương.* Thích Nữ Viên Quang, TN Viên Nhuận, TN Viên Tiến, and TN Viên Khuông, Xpress Print Publishing, USA. 2020.

9. *Sharing the Dharma -Vietnamese Buddhist Nuns in the United States,* Thích Nữ Giới Hương, Hồng Đức Publishing. 2020.

10. *A Vietnamese Buddhist Nun and American Inmates.* 5th Edition. Bhikṣuṇī Thích Nữ Giới Hương. Hương Sen Press Publishing, USA. 2021.

11. *Daily Monastic Chanting,* Bhikṣuṇī Thích Nữ Giới Hương composed. Hương Sen Publisher. 2023.

12. *Weekly Buddhist Discourse Chanting,* vol 1, Bhikṣuṇī Thích

Nữ Giới Hương composed. Hương Sen Publisher. 2023.

13. *Practice Meditation and Pure Land*, Bhikṣuṇī Thích Nữ Giới Hương composed. Hương Sen Publisher. 2023.

14. *The Ceremony for Peace*, Bhikṣuṇī Thích Nữ Giới Hương composed. Hương Sen Publisher. 2023.

15. *The Lunch Offering Ritual*, Bhikṣuṇī Thích Nữ Giới Hương composed. Hương Sen Publisher. 2023.

16. *The Ritual Offering Food to Hungry Ghosts*, Bhikṣuṇī Thích Nữ Giới Hương composed. Hương Sen Publisher. 2023.

17. *The Pureland Course of Amitabha Sutra*, Bhikṣuṇī Thích Nữ Giới Hương composed. Hương Sen Publisher. 2023.

18. *The Medicine Buddha Sutra*, Bhikṣuṇī Thích Nữ Giới Hương composed. Hương Sen Publisher. 2023.

19. *The New Year Ceremony*, Bhikṣuṇī Thích Nữ Giới Hương composed. Hương Sen Publisher. 2023.

20. *The Great Parinirvana Ceremony*, Bhikṣuṇī Thích Nữ Giới Hương composed. Hương Sen Publisher. 2023.

21. *The Buddha's Birthday Ceremony*, Bhikṣuṇī Thích Nữ Giới Hương composed. Hương Sen Publisher. 2023.

22. *The Ullambana Festival (Parents' Day)*, Bhikṣuṇī Thích Nữ Giới Hương composed. Hương Sen Publisher. 2023.

23. *The Marriage Ceremony*, Bhikṣuṇī Thích Nữ Giới Hương composed. Hương Sen Publisher. 2023.

24. *The Blessing Ceremony for The Deceased*, Bhikṣuṇī Thích Nữ Giới Hương composed. Hương Sen Publisher. 2023.

25. *The Ceremony Praising Ancestral Masters*, Bhikṣuṇī Thích Nữ Giới Hương composed. Hương Sen Publisher. 2023.

26. *The Enlightened Buddha Ceremony*, Bhikṣuṇī Thích Nữ Giới Hương composed. Hương Sen Publisher. 2023.

27. *The Uposatha Ceremony (Reciting Precepts)*, Bhikṣuṇī Thích Nữ Giới Hương composed. Hương Sen Publisher.

2023.

28. *Buddhism: A Historical And Practical Vision.* Edited by Ven. Dr. Thich Hanh Chanh and Ven. Dr. Bhikṣuṇī TN Gioi Huong. Eastern Book Linkers: Delhi 7. 2023.

29. *Contribution of Buddhism For World Peace & Social Harmony.* Edited by Ven. Dr. Buddha Priya Mahathero and Ven. Dr. Bhikṣuṇī TN Gioi Huong. Tôn Giáo Publishing. 2023.

30. *Global Spread of Buddhism with Special Reference to Sri Lanka.* Buddhist Studies Seminar in Kandy University. Edited by Dr. Ven. Kahawatte Siri Sumedha Thero and Dr. Bhikṣuṇī TN Gioi Huong. Hồng Đức Publishing. 2023.

31. *Buddhism in Sri Lanka During The Period of 19ᵗʰ to 21st Centuries.* Buddhist Studies Seminar in Colombo. Edited by Prof. Ven. Medagama Nandawansa and Dr. Bhikṣuṇī TN Gioi Huong. Tôn Giáo Publishing. 2023.

1.3. THE BILINGUAL BOOKS (VIETNAMESE-ENGLISH)

1. *Bản Tin Hương Sen: Xuân, Phật Đản, Vu Lan (*Hương Sen Newsletter: Spring, Buddha Birthday and Vu Lan, annual/ Mỗi Năm). 2019 & 2020.

2. *Danh Ngôn Nuôi Dưỡng Nhân Cách - Good Sentences Nurture a Good Manner,* Thích Nữ Giới Hương sưu tầm, Hồng Đức Publishing. 2020.

3. *Văn Hóa Đặc Sắc của Nước Nhật Bản-Exploring the Unique Culture of Japan,* Thích Nữ Giới Hương. Hồng Đức Publishing. 2020.

4. *Sống An Lạc dù Đời không Đẹp như Mơ - Live Peacefully though Life is not Beautiful as a Dream,* Thích Nữ Giới Hương. Hồng Đức Publishing. 2020.

5. *Hãy Nói Lời Yêu Thương-Words of Love and Understanding,*

Thích Nữ Giới Hương. Hồng Đức Publishing. 2020.

6. *Văn Hóa Cổ Kim qua Hành Hương Chiêm Bái -The Ancient-Present Culture in Pilgrim,* Thích Nữ Giới Hương. Hồng Đức Publishing. 2020.

7. *Nghệ Thuật Biết Sống - Art of Living.* Thích Nữ Giới Hương, Hồng Đức Publishing. 2020.

1.4. THE TRANSLATED BOOKS

1. *Xá Lợi Của Đức Phật* (Relics of the Buddha), Tham Weng Yew, Thích Nữ Giới Hương chuyển ngữ, Delhi-7: Tủ Sách Bảo Anh Lạc, 2005. Delhi 2006: 2nd reprint. Tổng Hợp Tp HCM Publishing: the 3rd and 4th reprint in 2008 & 2016.

2. *Sen Nở Nơi Chốn Tử Tù* (Lotus in Prison), many authors, Thích Nữ Giới Hương translated from English into Vietnamese, Văn Hóa Sài gòn Publishing: Tủ Sách Bảo Anh Lạc, 2010. The 2nd, 3rd and 4th reprint in 2012, 2014 & 2016.

3. *Chùa Việt Nam Hải Ngoại* (Overseas Vietnamese Buddhist Temples), Võ Văn Tường & Từ Hiếu Côn, vol 2. Translated into English: Thích Nữ Giới Hương. Hương Quê Publishing. 2016.

4. *Việt Nam Danh Lam Cổ Tự* (The Famous Ancient Buddhist Temples in Vietnam), Võ Văn Tường. Translated into English: Thích Nữ Giới Hương. Phương Nam Publishing. 2016.

5. *Hương Sen, Thơ và Nhạc* – (Lotus Fragrance, Poem and Music), Nguyễn Hiền Đức. Translated into English: Thích Nữ Giới Hương. Hồng Đức Publishing. 2020.

6. *Phật Giáo-Một Bậc Đạo Sư, Nhiều Truyền Thống* (Buddhism: One Teacher – Many Traditions), Đức Đạt Lai Lạt Ma 14th & Ni Sư Thubten Chodren, Translated into Vietnamese: Ven. Dr. Thích Nữ Giới Hương, Prajna Upadesa Foundation Publshing. 2018.

7. *Cách Chuẩn Bị Chết và Giúp Người Sắp Chết-Quan Điểm Phật Giáo* (Preparing for Death and Helping the Dying – A Buddhist Perspective), Sangye Khadro, Translated into Vietnamese: Thích Nữ Giới Hương. Hồng Đức Publishing. 2020.

2. BUDDHIST MUSIC ALBUMS
from POEMS of THÍCH NỮ GIỚI HƯƠNG

1. Đào Xuân Lộng Ý Kinh (The Buddha's Teachings Reflected in Cherry Flowers), Poems: Thích Nữ Giới Hương. Music: Nam Hưng, Vol. 1. 2013.

2. *Niềm Tin Tam Bảo* (Trust in the Three Gems), Poems: Thích Nữ Giới Hương. Music: Hoàng Y Vũ and Hoàng Quang Huế, Vol. 2. 2013.

3. *Trăng Tròn Nghìn Năm Đón Chờ Ai* (Who Is the Full Moon Waiting for for Over a Thousand Years?). Poems: Thích Nữ Giới Hương. Music: Võ Tá Hân, Hoàng Y Vũ, Khánh Hải, Khánh Hoàng, Hoàng Kim Anh, Linh Phương và Nguyễn Tuấn, Vol. 3. 2013.

4. Ánh Trăng Phật Pháp (Moonlight of Dharma-Buddha). Poems: Thích Nữ Giới Hương. Music: Uy Thi Ca and Giác An, Vol. 4. 2013.

5. *Bình Minh Tỉnh Thức* (Awakened Mind at the Dawn) (*Piano Variations for Meditation*). Poems: Thích Nữ Giới Hương. Solo Pianist: Linh Phương, vol. 5. 2013.

6. *Tiếng Hát Già Lam* (Songs from the Temple). Poems: Thích Nữ Giới Hương. Music: Nam Hưng, vol. 6. 2015.

7. *Cảnh Đẹp Chùa Xưa* (The Magnificent, Ancient Buddhist Temple). Poem: Thích Nữ Giới Hương. Music: Võ Tá Hân, Nam Hưng, Hoàng Quang Huế, vol. 7. 2015.

8. Karaoke *Hoa Ưu Đàm Đã Nở* (An Udumbara Flower Is Blooming). Poem: Thích Nữ Giới Hương. Musician: Nam

Hưng, Hương Sen Temple. 2015.

9. *Hương Sen Ca* (Hương Sen's Songs), Thơ: Thích Nữ Giới Hương. Nhạc: Nam Hưng, vol. 9, năm 2018.

10. *Về Chùa Vui Tu* (Happily Go to Temple for Spiritual Practices), Poem: Thích Nữ Giới Hương. Music: Nam Hưng and Nguyên Hà. Volume 10. 2018.

11. *Gọi Nắng Xuân Về* (Call the Spring Sunlight), Poem: Thích Nữ Giới Hương. Music: Nam Hưng, Hương Sen Temple. Volume 11. 2020.

12. Đệ tử Phật (The Buddha's Disciples). Poems: Thích Nữ Giới Hương. Music: Uy Thi Ca and Giác An, Album 12. 2023.

Please consult the **Bảo Anh Lạc Bookshelf** at this website:

http://huongsentemple.com/index.php/en/about-us/b-o-anh-l-c-bookshelf

DANH NGÔN NUÔI DƯỠNG NHÂN CÁCH
GOOD WORDS NURTURE A GOOD MANNER

Thích Nữ Giới Hương biên soạn

NHÀ XUẤT BẢN HỒNG ĐỨC
Địa chỉ: 65 Tràng Thi - Quận Hoàn Kiếm - Hà Nội
Email: nhaxuatbanhongduc65@gmail.com
Điện thoại: 024.39260024 Fax: 024.39260031

Chịu trách nhiệm xuất bản
Giám đốc: **BÙI VIỆT BẮC**
Chịu trách nhiệm nội dung
Tổng biên tập: **LÝ BÁ TOÀN**
Biên tập: **Phan Thị Ngọc Minh**
Sửa bản in và trình bày: **TKN Viên Quang**

In 2.000 bản, khổ 13x21cm, tại Công ty TNHH TM-DV
Hải Triều, TP.HCM số 3715-2020/CXBIPH/24 - 64/HĐ.
Số QĐXB của NXB: 653/QĐ-NXBHĐ cấp ngày
24/09/2020. In xong và nộp lưu chiểu năm 2020.
Mã số tiêu chuẩn sách quốc tế (ISBN) 978-604-302-832-4